BUDDHADASA BHIKKHU

CỐT LÕI CỦA CỘI BỒ ĐỀ

HOANG PHONG

CHUYỂN NGỮ

NHÀ XUẤT BẢN
ANANDA VIET FOUNDATION 2024

BUDDHADASA BHIKKHU | HOANG PHONG DỊCH

MỤC LỤC

LỜI GIỚI THIỆU
CỦA NGƯỜI DỊCH

Vào những ngày cuối năm 1961 bước sang đầu năm 1962, một nhóm tu học Phật Pháp của nhân viên bệnh viện Siriraj ở Bangkok có mời một nhà sư Thái Lan là Buddhadasa Bikkhu đến thuyết giảng trong ba ngày. Nội dung của ba buổi thuyết giảng được ghi lại và in thành một quyển sách nhỏ. Mãi đến năm 1983 tức là 21 năm sau đó thì quyển sách này được dịch sang tiếng Anh với tựa đề là "Heartwood of the Bodhi tree" (Cốt lõi của cội Bồ-đề).

Từ đó đến nay quyển sách này ngày càng được nhiều người biết đến và đã được liên tục tái bản, đồng thời cũng đã được dịch ra nhiều ngôn ngữ khác. Năm 2011 quyển sách này được bà Jeanne Schut một đệ tử người Pháp của vị đại sư Ajhan Chah dịch sang tiếng Pháp với tựa đề "Le coeur du message du Bouddha" (Tâm điểm thông điệp của Đức Phật) với một văn phong sáng sủa và bóng bẩy. Bản chuyển ngữ tiếng Việt được dựa vào cả hai bản tiếng Anh và tiếng Pháp trên đây.

Mãi đến năm 2006, tức là bốn mươi bốn năm sau khi ấn bản tiếng Thái được phát hành và cũng là mười ba năm sau khi Buddhadasa qua đời thì quyển sách này đã được cơ quan UNESCO chính thức đưa vào danh sách các tác phẩm thuộc gia tài văn hóa của nhân loại. Đồng thời cũng vào dịp này UNESCO đã vinh danh và thừa nhận Buddhadasa là một nhà tư tưởng thượng thặng và uyên bác về Phật Giáo.

Buddhadasa xuất gia năm 1926 khi vừa được hai mươi tuổi. Sau vài năm tu học trong một ngôi chùa tại Bangkok ông nhận ra rằng "sự tinh khiết không thể nào tìm thấy ở những thành phố lớn", nên bèn rời chùa và trở về quê ông ở miền nam Thái Lan. Ông dốc lòng sửa lại một ngôi chùa hoang phế và đến năm 1932 thì biến ngôi chùa này thành một trung tâm giảng dạy Phật Pháp rất nổi tiếng tên là "Suan Mokkhabalarama" (có nghĩa là "Khu vườn Giác Ngộ" và thường được gọi tắt là "Suan Mokkh"), một trong những nơi đầu tiên tại Thái Lan giảng dạy về thiền Minh Sát (Vipassana).

Buddhadasa rất nhiệt tâm và bền chí trong việc nghiên cứu Tam Tạng Kinh và các tập sách bình giải bằng tiếng Pa-li. Ông chủ trương phải tìm lại sự tinh khiết nguyên thủy cho Phật Giáo. Tuy nhiên ông cũng nghiên cứu và tìm hiểu các tôn giáo khác và giữ một mối bang giao rất cởi mở với các tôn giáo này.

Trên phương diện thuyết giảng và quảng bá Đạo Pháp thì Buddhadasa chủ trương chỉ nêu lên những điều chủ yếu, thiết thực và thật cần thiết nhằm giúp người tu tập loại bỏ được khổ đau và đạt được giác ngộ một cách trực tiếp và nhanh chóng. Ông không nêu lên các khái niệm mang tính cách triết học hay đơn thuần tín ngưỡng, vì theo ông đấy là những gì không thiết thực. Chính vì điểm này mà nhiều người thường hiểu lầm và xem Buddhadasa thuộc vào nhóm các học giả và các người tu tập Tây Phương chủ trương "duy lý hóa" và "khoa học hóa" Phật Giáo, mà người đầu đàn của khuynh hướng này là một thiền sư người Anh tên là Stephen Bachelor.

Quyển sách gồm ba phần, ghi lại nội dung của ba buổi thuyết giảng như sau:

Phần I: Những điểm chính yếu nhất trong giáo huấn của Đức Phật

Phần II: Tánh không là gì

Phần III: Phải luyện tập như thế nào để thường trú trong tánh không.

Trong phần thứ nhất Buddhadasa nêu lên mục đích chủ yếu nhất của Đạo Pháp là giúp con người loại bỏ khổ đau. Thế nhưng tại sao con người lại khổ đau? Chẳng qua bởi vì con người luôn tìm cách nắm bắt và bám víu vào "cái tôi" và cái "của tôi", và sự nắm bắt và bám víu sai lầm đó đã làm phát sinh ra một căn bệnh trầm kha mang tính cách bản năng và nội tại nơi mỗi con người. Buddhadasa gọi căn bệnh ấy là "căn bệnh tâm linh" và phương thuốc chữa trị là cách luyện tập nhằm giúp mỗi người thực hiện được bản chất vô ngã của chính mình và của mọi sự vật.

Vì thế, theo một cách nhìn nào đó nếu chúng ta một mặt thì tu tập Đạo Pháp và một mặt thì lại cứ khư khư bám víu vào "cái tôi" và cái "của tôi" hay bất cứ một thứ gì khác - dù đấy là niết-bàn, sự giác ngộ hay sự giải thoát - thì đấy cũng chỉ là cách tự tạo ra cho mình một tình trạng mâu thuẫn với chính mình để rồi lại đưa đến mọi thứ khổ đau khác mà thôi. Những thứ khổ đau ấy đôi khi rất tinh tế và kín đáo khiến chúng ta không ý thức được sự hiện diện và các tác động do chúng gây ra mà cứ tưởng rằng đấy là con đường đích thật giúp thực hiện được những ước vọng tâm linh của mình. Chúng ta mong cầu đạt được một sự giải thoát nào đó, thế nhưng thật ra thì đấy cũng chỉ là một sự lừa phỉnh, bởi vì sự mong cầu ấy cũng chỉ đơn giản là một hình thức bám víu vào cái ngã của mình.

Phần thứ hai của quyển sách giải thích về tánh không, là khái niệm chủ yếu và căn bản nhất của Đạo Pháp. Dù rằng có ít nhiều khác biệt trong cách hiểu và cách giải thích về tánh không giữa các tông phái và học phái, thế nhưng tất cả đều nhất loạt chấp nhận và nêu cao khái niệm cốt lõi này trong Đạo Pháp. Cũng nên hiểu rằng bất cứ một hình thức tu tập nào không căn cứ vào khái niệm này đều có thể xem như không phải là chính Pháp.

Không có một nền văn minh nào, một hệ thống tư tưởng nào, một triết học nào, một tôn giáo nào, một khoa học nào nêu lên khái niệm này ngoài Đạo Pháp của Đức Phật. Thật vậy khái niệm về tánh không do Ngài đưa ra vượt lên trên tất cả các tôn giáo, kể cả "Phật Giáo" dưới các hình thức "tín ngưỡng" mang tính cách đại chúng. Tánh không hay vô ngã dù thuộc lãnh vực cá thể con người hay bao gồm tất cả mọi hiện tượng trong vũ trụ, và dù mang tính cách tâm thần hay ngoại cảnh thì cũng đều biểu trưng cho một sự "hiểu biết" siêu việt trong lãnh vực triết học và một "phương tiện" thực dụng góp phần vào việc "điều chế" phương thuốc công hiệu nhất nhằm chữa trị "căn bệnh tâm linh", là nguyên nhân mang lại những thứ "khổ đau" dai dẳng và sâu kín nhất của con người.

Phần thứ ba của quyển sách trình bày rõ ràng và cụ

thể các phép luyện tập giúp chữa trị căn bệnh tâm linh, hay nói cách khác là giúp chúng ta đình chỉ mọi sự nắm bắt và bám víu vào "cái tôi" và cái "của tôi" là nguyên nhân cội rễ khiến tạo ra căn bệnh ấy. Nếu thực hiện được sự đình chỉ đó một cách tuyệt đối thì đấy cũng sẽ là sự Tắt Nghỉ toàn diện, là Niết-bàn, là Tánh Không đích thật, là Đạo Pháp, là Đức Phật.

Nghe qua thì có vẻ dễ hiểu thế nhưng tánh không lại là một khái niệm rất khó thấu triệt. Vậy phải làm thế nào để giúp cho tất cả mọi người với khả năng lĩnh hội không đồng đều, đều có thể quán thấy được tánh không hầu mang lại cho mình một sự đình chỉ tuyệt đối hay là sự giải thoát? Vì nếu chỉ biết tụng niệm liên miên và mượn những hình thức lễ lạc màu mè để che dấu những khổ đau dai dẳng, nội tại và sâu kín của mình, hoặc nói một cách khác là tự đánh lừa mình thì chúng ta cũng sẽ chẳng giải quyết được gì nhiều, nếu không muốn nói tất cả chỉ sẽ đưa đến một sự bế tắc. Để vượt lên khó khăn này Buddhadasa hướng chúng ta vào sự quán thấy tánh không dưới những thể dạng thật đơn giản hiện ra trong cuộc sống thường nhật của mình. Dù rằng thể dạng trống không hay tánh không trong các trường hợp sơ khởi ấy chưa được toàn vẹn đi nữa, nhưng cũng đã đủ để giúp chúng ta "nếm được" một chút "tiền vị" nào đó của niết-bàn đích thật sau này.

Thật vậy, Buddhadasa đã từng bảo rằng bất cứ ai, dù đấy là các cụ già hay những người chất phác không được học hành nhiều, kể cả đám trẻ con còn cắp sách đến trường, nếu họ thật sự muốn loại bỏ khổ đau thì tất cả cũng đều có thể thừa hưởng được hiệu quả mang lại từ tánh không: "Nếu không đủ sức hiểu được vô ngã và tánh không là gì thì ít ra các bạn cũng phải hiểu được thế nào là không ích kỷ chứ! Và nếu không ích kỷ thì cũng đủ để mang lại một sự giải thoát nào đó cho mình và giúp mình đến gần với Đức Phật hơn". Thật thế, không ích kỷ cũng là một hình thức gián tiếp không bám víu vào "cái tôi" và "cái của tôi", một thể dạng thật đơn giản nào đó của tánh không.

Khái niệm về tánh không mang hai khía cạnh khác biệt nhau. Khía cạnh thứ nhất biểu trưng cho bản chất của hiện thực, nêu lên sắc thái triết học siêu hình, liên quan ít nhiều đến khoa hiện tượng học và tất cả các ngành học khác, nói chung là sự hiểu biết của con người. Khía cạnh thứ hai mang tính cách thực dụng giúp người tu tập đạt được sự giải thoát và an trú trong hiện thực, tức là trong tánh không của vũ trụ và của chính niết-bàn. Buddhadasa đã khai triển khía cạnh thứ hai này một cách thật khéo léo, giúp chúng ta quán thấy tánh không của chính mình và của hiện thực trong từng giây phút một trong cuộc sống thường nhật: có nghĩa là trong những lúc sinh hoạt bình thường, trong khi thiền định và trong lúc cái chết gần kề.

Người dịch mạn phép xin ghép thêm một vài lời ghi chú nhỏ vào phần chuyển ngữ với hy vọng có thể giúp người đọc dễ theo dõi nguyên bản hơn. Các lời ghi chú này được trình bày bằng chữ nghiêng và đặt trong hai dấu ngoặc. Ngoài ra trong phần phụ lục ở cuối sách người dịch cũng xin trình bày thêm một vài nét về vị đại sư Buddhadasa.

Hoang Phong
(Bures-Sur-Yvette, 18.09.12)

x

PHẦN I

NHỮNG ĐIỂM CHÍNH YẾU NHẤT TRONG GIAO HUẤN CỦA ĐỨC PHẬT

Cuộc hội ngộ giữa chúng ta hôm nay quả là một dịp may hiếm có, do đó tôi nghĩ rằng cũng nên nêu lên các đề tài trọng yếu nhất hầu có thể tóm lược được những điểm giáo lý căn bản trong Dhamma (Đạo Pháp). Vì thế đề tài của buổi nói chuyện hôm nay sẽ là "Những điểm chính yếu nhất trong giáo huấn của Đức Phật", với hy vọng là nếu thấu hiểu được tường tận những điểm ấy thì quý vị nhất định cũng sẽ bước được một quãng thật dài trên đường tu học. Thật vậy, nếu không nắm vững được các điểm trọng yếu này thì quả rất khó cho quý vị có thể tránh khỏi mọi sự hoang mang: quý vị sẽ luôn thắc mắc là tại sao lại có quá nhiều thứ (giáo lý) cần phải học đến thế, chúng cứ tiếp tục nhân lên đến độ không sao có thể nhớ hết, hiểu hết và mang ra ứng dụng hết được (Phật Pháp quá nhiều và quá đa dạng). Đấy là nguyên nhân thường thấy nhất đã khiến cho nhiều người phải bỏ cuộc trên Con Đường: họ thấy nản chí và sau đấy thì mối quan tâm đến Đạo Pháp của họ cũng sẽ dần dà bị phai nhạt đi. Họ cảm thấy việc ấy trở thành một gánh nặng phải mang trên vai và cũng chẳng biết phải xử trí với nó như thế nào nữa.

Căn bản giáo huấn của Đức Phật

Trước hết tôi sẽ nhắc lại một vài điểm chính yếu trong giáo huấn của Đức Phật nhằm giúp quý vị ôn lại kiến thức của mình. Đây là những điểm thật "căn bản" và cần thiết để giúp quý vị hiểu được Dhamma (Đạo Pháp) một cách đúng đắn hơn. Tôi xin lập lại và nhấn mạnh ý nghĩa của chữ "căn bản", bởi vì có nhiều thứ hiểu biết không mang tính cách "căn bản", nếu không muốn nói là có một số những phần bình giải sai lầm nữa (ý nói là có nhiều thứ giáo lý thêm thắt). Đấy là những thứ bình giải lệch lạc ngày càng đi trệch ra bên ngoài giáo huấn của Đức Phật. Dù cho những cách bình giải ấy có giữ được tính cách Phật Giáo mấy đi nữa thì đấy cũng chỉ là những thứ thêm thắt và sau này dần dà cũng sẽ bị loại bỏ ra ngoài giáo huấn của Đức Phật.

Để cho một điều gì đó có thể được xem là thuộc "căn bản" giáo huấn của Đức Phật thì điều ấy phải đáp ứng được hai điều kiện sau đây: thứ nhất là phải giúp loại bỏ được dukkha (khổ đau) và thứ hai là mọi người đều có thể tự kiểm chứng được điều ấy (tức làm cho khổ đau phải chấm dứt) mà không cần phải trông cậy vào bất cứ ai khác (Phật Giáo là một tín ngưỡng tự lực). Đấy là hai yếu tố quan trọng nhất thuộc "nền móng" hay "căn bản" giáo huấn của Đức Phật.

Đức Phật không đề cập đến bất cứ điều gì không mang mục đích làm cho dukkha (khổ đau) phải chấm dứt, thí dụ như các chủ đề liên quan đến sự tái sinh chẳng hạn. Người ta có thể nêu lên với Đức Phật các câu hỏi đại loại như sau: Tái sinh là gì? Nó vận hành ra sao? Hậu quả của kamma (nghiệp) là gì? Thế nhưng tất cả các câu hỏi ấy không liên quan gì đến việc giúp cho khổ đau phải chấm dứt, và đấy cũng là lý do cho thấy tại sao những thắc mắc đại loại như trên đây không nằm trong những lời giảng huấn của Đức Phật. Hơn nữa, đối với một người khi đã nêu lên các thắc mắc như trên đây thì tất nhiên họ cũng sẽ không còn một sự lựa chọn nào khác hơn là phải tin một cách mù quáng vào các câu trả lời mà họ tiếp nhận được từ một người nào đó mà chính những người này cũng không thể tự kiểm nghiệm được, và cũng chỉ biết đưa ra các câu trả lời dựa vào cảm nghĩ riêng của mình hay lập lại những gì đã được nghe người khác nói. Do đó, các chủ đề ấy sẽ tách xa dần từng chút một với Dhamma (Đạo Pháp), và sau cùng thì sẽ trở nên xa lạ hẳn với Dhamma, và cũng sẽ chẳng còn dính dáng gì với mục đích làm cho dukkha phải chấm dứt.

Ngược lại, nếu có thể gạt bỏ được những thứ thắc mắc (vô ích) ấy đi thì chúng ta cũng có thể sẽ tự hỏi: "Dukkha có thật sự hiện hữu hay không? " và "Cần phải làm gì để dukkha phải chấm dứt?". Đối với những câu hỏi ấy thì Đức Phật sẽ sẵn sàng trả lời, và những ai biết lắng nghe lời dạy của Ngài thì cũng sẽ nhờ đó mà thấu hiểu được sự thật trong từng chữ của các câu giải đáp ấy và không còn cần phải tin tưởng một cách mù quáng nữa. Người ấy sẽ ngày càng hiểu được minh bạch hơn cho đến một lúc nào đó thì sẽ thấu triệt được một cách hoàn toàn. Khi nào sự hiểu biết đạt mức toàn vẹn để có thể giúp cho người ấy trút bỏ vĩnh viễn được dukkha thì khi đó sự hiểu biết ấy sẽ được gọi là sự hiểu biết tối thượng (có nghĩa là sự giác ngộ). Khi đã đạt được sự hiểu biết tối thượng rồi thì người ấy cũng sẽ hiểu rằng ngay cả trong hiện tại cũng không hề có "người nào" là đang sống cả (vì vô ngã nên không có "cái tôi" nào đang hiện hữu cả); người ấy cũng sẽ hiểu và không còn một chút nghi ngờ nào rằng không hề có "cái tôi" và cũng không thể có bất cứ thứ gì thuộc vào "cái tôi" cả (giải thích sự giác ngộ và giải thoát tuy rất đơn giản và dễ hiểu thế nhưng thật sâu sắc: đạt được sự hiểu biết tối thượng thì sẽ nhận thấy là "không có người nào" đang sống cả và cũng chẳng có gì thuộc vào "của ai cả" - kể cả thân xác và tâm thức của chính mình - và đấy chính là sự giác ngộ và giải thoát). Cái cảm tính về một "cái tôi" và cái "của tôi" chỉ có thể hiện ra khi nào chúng ta cứ để mặc một cách thật đần độn cho bản chất lừa phỉnh của các thứ cảm nhận giác cảm đánh lừa mình (các kinh nghiệm cảm nhận của ngũ giác không biểu trưng đúng cho hiện thực, bởi vì đấy chỉ là những sự diễn đạt của tri thức mang tính cách chủ quan, quy ước và đã bị tô đậm bởi các vết hằn của nghiệp, và chính đấy là bản chất "lừa phỉnh" của chúng - có nghĩa là chúng không trung thực và luôn đánh lừa chúng ta khi chúng ta nhìn vào hiện thực). Nếu không hề có một "cá nhân" nào sinh ra (vô ngã), thì tất cũng sẽ không hề "có ai" chết cả và cũng sẽ chẳng hề "có ai" tái sinh cả. Do đó tái sinh là một vấn đề hoàn toàn khôi hài và chẳng liên hệ gì đến Phật Giáo (chủ đề này khá tế nhị và phức tạp, xin lưu ý là Buddhadasa vẫn đề cập đến vấn đề tái sinh giữa các kiếp sống khác nhau, thế nhưng khi phải giải thích về "luân hồi" thì ông chỉ nêu lên sự "luân hồi" của "cái tôi" trong tâm thức của mỗi người trong kiếp sống hiện tại. Đấy là một điểm thật tinh tế liên quan đến chủ trương và phương pháp giảng huấn của Buddhadasa mà ít người hiểu hay chú ý đến. Cũng xin mạn phép ghi chú thêm là Phật Giáo Tan-tra trong khi đó thì lại chủ trương nhìn thẳng vào cái chết nhằm để chủ động nó).

Mục đích của giáo huấn Phật Giáo là giúp chúng ta hiểu được là không hề có "cái ngã" tức là không có gì có thể gọi là một "cá thể" cả. Cảm tính về sự hiện hữu của một "cá nhân con người" chỉ là một sự hiểu biết sai lầm của một tâm thức u mê. Đấy chỉ đơn giản là một thân xác và một tâm thức, và cả hai thứ ấy thì cũng chỉ là sự vận hành của những quá trình mang tính cách tự nhiên. Sự vận hành ấy cũng chẳng khác gì như những chuyển động cơ học nhằm xử lý và biến chế các dữ liệu. Nếu các chuyển động ấy vận hành một cách sai lạc thì kết quả mang lại cũng sẽ là một sự hiểu biết đần độn và hoàn toàn ngớ ngẩn về hiện thực: tức có nghĩa là tin vào sự hiện hữu đích thật của một "cá thể" con người, vào một "cái tôi" và vào các sự vật thuộc vào cá thể của con người ấy. Nếu các chuyển động đó vận hành một cách đúng đắn thì sự quán thấy mang tính cách sai lầm trên đây chẳng những sẽ không xảy ra mà hơn thế nữa sẽ làm phát sinh ra một sự chú tâm thật trong sáng (satipanna / truth-discerning awareness / sự tỉnh thức hay tỉnh giác) giúp nhận biết được hiện thực. Đấy chính là một sự quán thấy căn bản và đích thật, một sự nhận biết thật minh bạch chứng minh cho thấy rằng không hề có "cái ngã" và cũng chẳng có gì thuộc vào "cái ngã" cả.

Căn cứ vào sự kiện đó người ta có thể hiểu rằng vấn đề tái sinh hoặc bất cứ gì đại loại như thế không phải là một chủ đề thuộc lãnh vực giáo huấn Phật Giáo. Tốt hơn hết là chỉ nên nêu lên các câu hỏi như sau: "Có dukkha hay không?" hay là "Phải làm thế nào để dập tắt được dukkha?". Khi đã hiểu được nguyên nhân cội rễ mang lại dukkha là gì thì khi đó người ta cũng sẽ tìm được phương cách để loại bỏ nó. Thế nhưng cái nguyên nhân cội rễ ấy của dukkha là gì? Đấy chính là thể dạng u mê (vô minh) tin tưởng một cách sai lầm vào sự hiện hữu của "cái tôi" và cái "của tôi".

Vấn đề liên quan đến "cái tôi" và cái "của tôi" (khái niệm về vô ngã) là vấn đề cốt lõi nhất trong giáo huấn Phật Giáo. Đấy là những thứ phải loại bỏ cho bằng được (tức là phải loại bỏ cái tôi và cái của tôi). Do đó tất cả sự hiểu biết phải tập trung vào đấy. Việc học hỏi cũng như cách tu tập về toàn bộ giáo huấn Phật Giáo cũng là đấy, không có một ngoại lệ nào cả. Tôi xin quý vị hãy cố gắng ghi nhớ điều ấy.

Nếu nghiên cứu cặn kẽ phần căn bản làm nền móng cho Dhamma thì người ta cũng sẽ nhận thấy rằng chúng không đến đỗi quá nhiều. Trong một bài thuyết giảng Đức Phật cũng đã từng cho biết là chỉ có một nắm mà thôi (trích dẫn trong kinh Simsapa-sutta - Samyutta Nikaya, LVI-31. Kinh này nhắc lại sự tích Đức Phật nhặt một nắm lá simsapa trong một khu rừng ở xứ Kosambi và nói với các đệ tử rằng: "Này các tỳ kheo, lá trong tay của Như Lai thật là ít so với số lá trên các cành cây của cả khu rừng này. Những gì Ta quán thấy được một cách trực tiếp nhiều hơn gấp bội [những gì Ta đang nắm trong tay, tức có nghĩa là những gì mà Ta đã thuyết giảng]. Thế nhưng tại sao Ta lại không giảng tất cả những thứ ấy? Bởi vì chúng không liên hệ gì đến chủ đích [của Con Đường], không phản ảnh một thể dạng đơn sơ nào của sự sống [tức chẳng liên hệ gì đến bất cứ một chúng sinh nhỏ nhoi nào], không đánh tan được sự mê lầm, loại bỏ được dục vọng, không mang lại sự đình chỉ, sự thanh thản, sự quán thấy trực tiếp, sự tỉnh thức [sự Giác Ngộ] và sự Giải Thoát. Đấy là lý do tại sao Ta không thuyết giảng". Sở dĩ mạn phép dài dòng nhắc lại bài kinh này bởi vì Buddhadasa đã mượn chính bài kinh này để làm phương châm giảng huấn của ông, tức chỉ giảng những gì thật cần thiết giúp người tu tập loại bỏ được khổ đau và đạt được sự giải thoát. Ông đã tìm đủ mọi cách để giúp người tu tập không bị lạc hướng trên Con Đường và không rơi vào những ngõ ngách phụ thuộc và dư thừa. Do đó, như đã nêu lên trong một ghi chú trên đây là một vài học giả Tây phương kể cả một số người Phật Giáo Thái Lan nghĩ rằng Buddhadasa chủ trương "đơn giản hóa" Phật Giáo, và đấy là một sự sai lầm). Đức Phật đi ngang một khu rừng, Ngài cúi xuống nhặt một nắm lá và hỏi các tỳ kheo đang bước theo Ngài rằng lá trong tay Ngài có nhiều hơn lá trên các cành cây trong rừng hay không. Tất cả các tỳ kheo đều đồng loạt trả lời rằng lá trên các cành cây trong rừng nhiều vô số lần hơn so với số lá trong tay Ngài. Quý vị hãy nhìn vào những lời ẩn dụ ấy để hiểu Đức Phật muốn nói lên điều gì: lá trong rừng quả là nhiều vô kể. Đức Phật có ý cho biết là những gì mà Ngài đã khám phá ra thì nhiều như lá trong rừng, thế nhưng những gì cần phải giảng dạy và mang ra thực hành thì cũng chẳng nhiều hơn nắm lá trong bàn tay của Ngài (Đức Phật quán thấy được bản chất của hiện thực, thấu triệt được các quy luật vận hành của mọi hiện tượng trong vũ trụ, thế nhưng Ngài chỉ chọn ra những hiểu biết nào thiết thực nhất nhằm có thể trực tiếp mang lại sự giải thoát cho tất cả chúng sinh).

Tóm lại những gì trên đây cho thấy là các nguyên lý chính yếu cần phải mang ra để luyện tập nhằm loại trừ dukkha thì cũng không nhiều hơn một nắm lá trong tay, trong khi đó thì lại có hằng hà sa số đủ mọi thứ khác trong thế giới này. Chúng ta phải nhận thấy lợi điểm lớn lao của sự ít ỏi đó, bởi vì nó sẽ không vượt quá xa khả năng học hỏi và sức hấp thụ của chính mình. Đấy là điểm quan trọng đầu tiên mà chúng ta phải ý thức được hầu dựa vào đấy để thiết đặt một nền móng hiểu biết vững chắc cho toàn bộ giáo huấn Phật Giáo.

Tôi vừa nêu lên các chữ "giáo huấn Phật Giáo" và tôi mong rằng quý vị cũng nên tìm hiểu ý nghĩa chính xác của các chữ này là gì. Vào thời buổi của chúng ta ngày nay, mỗi khi nghe nói đến "giáo huấn Phật Giáo" thì đấy cứ như là một đám mây mù: quá sức mênh mông lại không được định nghĩa đầy đủ. Vào thời kỳ của Đức Phật người ta sử dụng một thuật ngữ khác hơn (không gọi là giáo huấn Phật Giáo): đấy là chữ Dhamma (xin chú ý chữ "Phật Giáo" - Buddhism - là một chữ do người Tây Phương chỉ mới sáng chế ra vào đầu thế kỷ XIX - khoảng năm 1925!). Chữ Dhamma (Đạo Pháp) chỉ có nghĩa là làm cho dukkha (khổ đau) phải chấm dứt. Có nhiều thứ dhamma khác nhau, dhamma của Đức Phật thì được gọi là "Dhamma của nhà sư Cồ Đàm". Nếu đấy là dhamma của những người tu hành khác, chẳng hạn như của vị Nigantha Nâtaputta (một vị cùng thời với Đức Phật và là người sáng lập ra Đạo Ja-in / Jaïsm) thì gọi là "Dhamma của Nigantha Nâtaputta". Ai thích dhamma nào thì cứ nghiên cứu dhamma ấy cho đến lúc hiểu được thấu đáo và sau đó thì mang ra thực hành. Sở dĩ trong các thời kỳ xa xưa người ta gọi đấy là "Dhamma của nhà sư Cồ Đàm" bởi vì vào các thời kỳ ấy Dhamma còn rất tinh khiết, không hề có cạm bẫy, cũng chưa có vô số các thứ ngoại lai được ghép thêm vào. Ngày nay thì lại khác, chúng ta gọi chung Dhamma và tất cả những thứ thêm thắt là "giáo huấn Phật Giáo". Chỉ vì chúng ta thiếu cẩn trọng cho nên cái-gọi-là "giáo huấn Phật Giáo" đã trở thành cả một đám mây mù gồm cả những thứ hoàn toàn ngoại lai mà trước đó không hề có trong giáo lý nguyên thủy (cũng xin mạn phép góp thêm một vài lời ghi chú. Nếu đã là một người Phật tử thì lúc nào cũng phải ý thức được tính cách vô thường của tất cả mọi hiện tượng, Dhamma cũng chỉ là một hiện tượng. Tính cách đặc thù và độc đáo nhất của Phật Giáo chính là ở điểm đó. Dhamma tiến hóa và biến đổi qua thời gian, không gian và tương tác cũng như thích ứng với bối cảnh chung quanh để trở nên vô cùng phong phú và do đó cũng sẽ rất phức tạp - kể cả những sự diễn đạt sai lầm - thế nhưng chính đấy là sinh lực của Phật Giáo. Đấy là những gì cho thấy Phật Giáo khác hơn so với các tôn giáo dựa vào những nguyên lý chết khô và cứng nhắc. Tuy nhiên Buddhadasa hoàn toàn có lý khi ông chủ trương tìm kiếm những gì nguyên thủy nhất, tinh khiết nhất và thiết thực nhất để giúp người tu tập một cách hiệu quả hơn).

Giáo huấn đích thật của Phật Giáo cũng đã quá đầy đủ - nhiều như lá trong rừng - thế nhưng những gì cần mang ra để học hỏi và tu tập thì lại chỉ như một nắm lá trong tay. Mặc dù đã quá nhiều thế nhưng kể cả vào thời buổi này người ta vẫn còn cứ muốn ghép thêm vào giáo huấn của Đức Phật đủ mọi thứ khác, chẳng hạn như lịch sử tôn giáo và tâm lý học ứng dụng... Hãy nêu lên một thí dụ ngay trong trường hợp của Tạng Luận (Abhidhamma / A-tì-đạt-ma luận, tức là tạng thứ ba trong Tam Tạng Kinh, một tạng kinh được trước tác sau khi Đức Phật đã tịch diệt), nội dung của tạng kinh này gồm nhiều phần thuộc tâm lý học, nhiều phần khác thuộc triết học, và cứ thế mà tạng kinh này ngày càng được triển khai thêm nhằm đáp ứng sự đòi hỏi của các môn đồ (Tạng Luận được trước tác suốt trong khoảng mười thế kỷ liên tiếp - từ thế kỷ thứ I đến thế kỷ XI, tức cho đến thời kỳ Phật Giáo bắt đầy suy tàn khắp nơi ở Á Châu. Hơn nữa Tạng Luận cũng gồm có nhiều văn bản khác nhau với nội dung ít nhiều khác nhau tùy theo các học phái). Do đó đã có quá nhiều thứ được ghép thêm vào giáo huấn của Đức Phật. Tất cả các thứ ấy được gom chung dưới một tên gọi duy nhất là "giáo huấn Phật Giáo", thế nhưng trên thực tế thì lại có nhiều thứ "giáo huấn Phật Giáo" khác nhau (nhiều học phái, tông phái...khác nhau).

Nếu không nhận thấy được các điểm trọng yếu thì tất nhiên chúng ta cũng sẽ khó tránh khỏi bối rối khi phải chọn một giáo huấn thích hợp với mình. Đấy cũng chẳng khác gì bước vào một cửa tiệm bán quá nhiều mặt hàng khiến chúng ta không còn biết phải chọn thứ nào. Thông thường chúng ta chỉ biết căn cứ vào sở thích của mình để chọn lựa - tức thêm một chút này, bớt một chút kia, làm thế nào để hợp ý mình. Thế nhưng thật ra thì đấy chỉ là cách lựa chọn dựa vào các yếu điểm sẵn có tức là chiều theo các sở thích riêng tư của mình, thay vì phải phán xét dựa vào sự chú tâm và tỉnh giác. Chính vì thế mà đời sống tu tập tâm linh của chúng ta đôi khi chỉ gồm toàn những thứ chuyện như lễ bái, cố gắng "tạo thêm công đức", học thuộc lòng kinh điển, tìm cách tránh bớt lo sợ (cầu khẩn, thiền định nhằm vào mục đích lẫn tránh hiện thực...), v.v. Thế nhưng tất cả những thứ ấy nào có liên hệ gì với giáo huấn Phật Giáo đâu.

Như vậy thì chúng ta cũng phải cố gắng để phân biệt được đâu là giáo huấn Phật Giáo và đâu là những thứ thêm thắt đã được ghép thêm vào. Kể cả đối với giáo huấn đích thật thì chúng ta cũng phải nhận biết được những điểm nào căn bản và chủ yếu nhất. Đấy là những gì mà tôi sẽ trình bày với quý vị sau đây.

Căn bệnh tâm linh

Các buổi thuyết trình này được tổ chức trong một bệnh viện, do đó cũng đã khiến cho tôi nhớ đến một tập Luận Giải đã từng ví Đức Phật như một vị "Lương Y" về tâm linh. Khi tìm hiểu một số các lời giáo huấn của Đức Phật và các lời bình giải trong các Tập Luận thì người ta cũng có thể nhận thấy được một số tiêu chuẩn để giúp xác định hai thứ bệnh: đấy là bệnh thể xác và bệnh tâm thần. Kinh sách thường nói đến một thứ bệnh gọi là "bệnh tâm thần", thế nhưng cách mô tả và chẩn bệnh thì có phần khác hơn so với ngày nay. Vào thời đại của Đức Phật, căn bệnh này chỉ có nghĩa là một sự quán thấy sai lầm về mọi vật thể, hay chỉ là một sự thèm khát. Ngày nay thì thuật ngữ này lại được sử dụng để chỉ định các bệnh tâm thần thật sự, tức liên hệ đến cơ thể (trong đó có cả não bộ) và do đó cũng có nghĩa là liên hệ đến toàn bộ lãnh vực thân xác nói chung (thân xác và não bộ). Nhằm giúp định nghĩa các thuật ngữ trên đây rõ ràng hơn, tôi đề nghị nên đặt ra thêm một thuật ngữ thứ ba nữa: trước hết là gom các thứ bệnh thuộc thân xác và tâm thần vào một thứ và gọi chung là "bệnh tâm thần", và thuật ngữ mới được đề nghị thêm là "bệnh tâm linh" (maladie spirituelle / spiritual disease) để chỉ định những gì mà Đức Phật mô tả như là một thứ bệnh của tâm thức (mỗi người đều có thể có sức khỏe tốt, không đau ốm, hoặc cũng có thể bị "bệnh tâm thần" tức là các thứ bệnh trên thân xác và trong não bộ - điên loạn, thế nhưng tất cả mọi người thì đều bị "bệnh tâm linh" tức là bệnh gây ra bởi sự quán thấy sai lầm về mọi sự vật - u mê, vô minh).

Chữ "tâm thức" chỉ định các khía cạnh tâm thần

thật tinh tế đang bị nhiễm bệnh, bởi vì nó bị chi phối bởi các con vi khuẩn tâm thần, đấy là vô minh và sự quán thấy sai lầm về mọi sự vật (Buddhadhasa cụ thể hóa tình trạng quán nhận sai lầm của tâm thức về hiện thực như là một căn bệnh trầm kha do các con vi khuẩn của sự u mê và lầm lẫn gây ra. Đối với Phật Giáo, những gì chúng ta quán nhận được về hiện thực đều hoàn toàn chủ quan, quy ước, đã bị bóp méo bởi các xúc cảm đã bị chi phối bởi nghiệp. Dù cho chúng ta khoẻ mạnh không đau ốm trên thân xác, cũng không bị thác loạn tâm thần - mất trí, điên loạn -, thế nhưng sự vận hành của tâm thức chúng ta phản ảnh bởi tác ý, ngôn từ và hành động là một sự vận hành bệnh hoạn, và Buddhadasa gọi đấy là căn bệnh tâm linh của con người, và tất cả mọi người đều mắc phải căn bệnh này). Một tâm thức chồng chất vô minh và bị chi phối bởi sự nhận thức sai lầm về mọi sự vật là một tâm thức bị "bệnh tâm linh": sự quán thấy của nó về các sự vật đều sai. Vì quán thấy sai nên nó suy nghĩ sai, nói năng sai và hành động sai. Chứng bệnh tâm linh tàng ẩn bên trong những thứ ấy, tức là bên trong các tư duy, ngôn từ và hành động của mình.

Quý vị có thể nhận thấy ngay là tất cả mọi người đều bệnh hoạn vì vướng phải căn bệnh tâm linh, không có một ngoại lệ nào cả. Các chứng bệnh thân xác và tâm thần chỉ xảy ra cho một số người nào đó, vào một lúc nào đó, và chúng thì cũng không đến đỗi khủng khiếp gì cho lắm. Chính đấy là lý do tại sao giáo huấn Phật Giáo lại không quan tâm đến các thứ bệnh liên quan đến thân xác và tâm thần ấy (cũng xin nhắc thêm là nếu xem việc thiền định là một phương tiện nhằm mục đích mang lại sức khoẻ cho thân xác và sự thăng bằng cho tâm thức thì đấy không phải hay ít nhất là chưa phải là Phật Giáo, thiền định phải có một mục đích cao xa và sâu sắc hơn nhiều, tức là chữa chạy căn bệnh tâm linh trầm kha trong tâm thức con người nhằm biến cải cách nhìn sai lầm của mỗi cá thể trước hiện thực). Giáo huấn Phật Giáo là phương thuốc điều trị căn bệnh tâm linh và Đức Phật là Vị "Lương Y của tâm thức".

Tóm lại là tất cả mọi người đều vướng phải căn bệnh tâm linh và tất cả đều phải chữa lành căn bệnh ấy. Dhamma (Đạo Pháp) là liều thuốc để điều trị, phải sử dụng "nắm lá thật ít ỏi" ấy của giáo huấn Phật Giáo như một liều thuốc để uống, để hấp thụ và để chữa lành căn bệnh.

Quý vị cũng nên ghi nhận thêm là vào thời buổi chúng ta ngày nay con người không còn biết quan tâm đến chứng bệnh tâm linh nữa, do đó họ không ngừng gây ra mọi thứ xấu xa, không riêng cho họ mà cho cả người khác nữa, bởi vì khi có một người mắc bệnh tâm linh thì cũng sẽ lây sang cho người khác và toàn thế giới cũng sẽ mắc bệnh theo (vô minh tạo ra vô minh, hung bạo kéo theo hung bạo). Cả thế giới đang lâm bệnh, vừa là bệnh tâm thần (trên thân xác và trong tâm thần) vừa là bệnh tâm linh, cũng chính vì thế mà chúng ta thay vì tìm thấy một sự an bình bền vững thì lại phải chịu đựng một tình trạng khủng hoảng triền miên. Dù chúng ta có ra sức cố gắng và đấu tranh cách mấy đi nữa thì chúng ta cũng chẳng tìm thấy sự an bình, dù chỉ trong chốc lát. Ngồi lại để nói chuyện hòa bình lâu dài với nhau thì chỉ là cách làm mất thêm thì giờ vô ích, bởi vì tất cả các phe phái liên hệ đều vướng phải bệnh tâm linh, tất cả đều cho mình có lý, mọi người khác đều sai (thường thì những nhà lãnh đạo ngồi vào để bàn thảo hay thương thuyết với nhau đều là những người "lành mạnh" trên phương diện tâm thần, có trí thông minh hơn người, học cao, hiểu rộng, khôn ngoan, lãnh đạo giỏi, quân sự giỏi, mưu mô nhiều..., thế nhưng đối với Phật Giáo, hay ít ra là đối với Buddhadasa, thì họ đều mắc bệnh tâm linh rất nặng). Tất cả các phe phái đều mắc phải bệnh tâm linh và vì thế nên lúc nào họ cũng tạo ra toàn là dukkha (khổ đau) cho chính mình và cho cả người khác và ngày càng nhiều hơn. Tương tự như có một guồng máy được thiết kế sẵn trong thế giới này để sản xuất ra khổ đau. Vậy phải làm thế nào để mang lại sự an bình cho thế giới?

Phải chữa khỏi chứng bệnh tâm linh đang hành hạ từng chúng sinh trong thế giới này. Thế thì lấy gì để chữa chạy cho họ? Nhất định phải có một liều thuốc có thể hóa giải được căn bệnh ấy! Vâng, đúng thế: đấy là nắm lá Dhamma của giáo huấn Phật Giáo (các câu này tóm lược ý nghĩa của Tứ Diệu Đế).

Sau đây là lý do giải thích cho các thắc trên đây là tại sao ngày nay giáo huấn không còn là một phương tiện cho con người nương tựa nữa, đúng như sự mong ước của những người tu hành, mặc dù người ta vẫn thường cho rằng ngày nay Phật Giáo đã phát triển hơn xưa rất nhiều và số người hiểu biết thấu đáo về Phật Giáo cũng đông hơn gấp bội so với trước đây? Thật thế dù người ta có nghiên cứu giáo huấn thật chu đáo và thấu triệt thật sâu xa đi nữa, thế nhưng nếu không ý thức được rằng mình đang bị bệnh tâm linh thì làm thế nào mà hiểu được giáo huấn là gì, và phải mang ra áp dụng như thế nào? Nếu không ý thức được là mình đang ốm đau thì nào chúng ta có nghĩ đến việc phải tìm đến một vị y sĩ để điều trị đâu, do đó chúng ta cũng chẳng thuốc men gì cả, có phải đúng thế hay không? Hầu như mọi người chẳng ai ý thức được là mình đang lâm bệnh, vì thế mà vấn đề "thuốc thang" chỉ là một thứ phong trào (có thể còn tệ hại hơn là một phong trào nữa, bởi vì "thuốc thang" cũng có thể chỉ là màu mè, một hình thức mưu đồ hay một phương tiện để lừa phỉnh kẻ khác). Chúng ta đi nghe giảng về Dhamma và đôi khi chúng ta cũng nghiên cứu Dhamma như là một phương thuốc kỳ diệu, thế nhưng chẳng bao giờ nghĩ đến là mình đang bệnh hoạn. Chúng ta tiếp nhận Dhamma và ngay sau đó thì đặt nó sang một bên, hoặc giả cũng có thể mang ra làm đầu đề để tranh biện với nhau, đôi khi cũng thừa dịp để cãi lý hay gây hấn với nhau. Đấy là lý do giải thích tại sao Dhamma ngày nay không còn là một phương tiện hiệu quả để điều trị cho thế giới nữa.

Nếu thật sự chúng ta muốn thiết đặt nền móng cho một xã hội Phật Giáo, tại nơi này và ngay trong lúc này, thì chúng ta phải nắm vững được các chủ đích tối hậu của xã hội đó, được như thế thì sự cố gắng của chúng ta mới có thể mang lại những kết quả đúng đắn được, nói cách khác là trong trường hợp ấy Dhamma mới có thể giúp chữa trị được chứng bệnh tâm linh một cách trực tiếp và hiệu quả. Phải nhận định được các chủ đích một cách minh bạch, nếu không thì chúng ta cũng sẽ chẳng biết là phải bước theo hướng nào mà đi. Thật ra thì chỉ có một ít "mật ngọt thiêng liêng" trong lòng bàn tay, thế nhưng phải biết mang ra sử dụng như thế nào cho thật đúng và hiệu quả. Phải làm thế nào cho việc tu tập của mình mang lại lợi ích và không trở thành một trò hề.

Đến đây chúng ta hãy tìm hiểu xem cái bệnh tâm linh ấy là gì và phải làm thế nào để điều trị bằng một nắm lá Dhamma trong tay.

Vi khuẩn làm phát sinh ra căn bệnh tâm linh

Những con vi khuẩn làm phát sinh ra căn bệnh tâm linh tàng ẩn trong các cảm tính gọi là "chúng ta" và cái "của chúng ta", của "cái tôi" và cái "của tôi", đấy là các thứ cảm tính thường xuyên tấn công chúng ta. Những con vi khuẩn ấy nằm sẵn trong đầu chúng ta, trước hết chúng phát triển dưới hình thức các cảm tính về "cái tôi" và cái "của tôi", và sau đó thì các cảm tính ấy, dưới tác động của thể dạng tâm thần tự xem mình là trung tâm, sẽ biến thành tham lam, hận thù và sự quán thấy sai lầm về mọi sự vật. Đấy chính là những gì sẽ tạo ra mọi thứ bấn loạn cho mình và cho cả người khác. Các thứ bấn loạn ấy chính là các triệu chứng của căn bệnh tâm linh đang hoành hành trong tâm thức chúng ta. Tóm lại chúng ta cũng có thể gọi "căn bệnh tâm linh" là "căn bệnh của "cái tôi" và cái "của tôi".

Tất cả mọi người đều mắc phải căn bệnh về "cái tôi" và cái "của tôi" và vẫn còn tiếp tục tiếp nhận thêm những thứ vi khuẩn đó ngày càng nhiều hơn mỗi khi nhìn thấy được một hình tướng, ngửi thấy một mùi, sờ vào một vật thể, nhận ra được một vị hay suy nghĩ sai lầm trong đầu, hoặc nói cách khác thì đấy là cách người ta bị lây nhiễm vi khuẩn qua các sự tiếp xúc của giác cảm với các vật thể thuộc môi trường chung quanh, các vật thể ấy chứa đầy vi khuẩn và chúng lây sang cho ta.

Chúng ta phải ý thức được là các con vi khuẩn ấy sẽ tạo ra cho chúng ta sự bám víu dưới hai thể dạng khác nhau: bám víu vào "cái tôi" và cái "của tôi". Bám víu vào "cái tôi" có nghĩa là cảm thấy rằng con người của chính "tôi đây" đúng là một thực thể, tức là "tôi" đúng thật đang như thế này hay là đang như thế kia, "tôi" ngang hàng, thua kém hay cao hơn những người khác, v.v. Các thái độ hành xử ấy chỉ là các cách nhằm để biểu lộ một "cái tôi". Đối với cái "của tôi" thì có nghĩa là gì? Đấy là cách xem các sự vật thuộc của mình: đây là sở thích "của tôi", đây là quan điểm "của tôi". Kể cả trường hợp đối với những thứ mà mình ghét cay ghét đắng thì mình vẫn cứ xem đấy là những kẻ thù "của chúng ta". Tóm lại đấy là những gì gọi là cái "của tôi".

Các thứ cảm tính về "cái tôi" và cái "của tôi" thật hết sức nguy hiểm, nguy hiểm đến độ phải gọi đấy là một thứ bệnh mang tên là "bệnh tâm linh". Tất cả các ngành triết học triển khai vào thời kỳ của Đức Phật đều nhằm vào việc điều trị chứng bệnh ấy. Mặc dù mỗi ngành dựa vào các phương pháp khác nhau, thế nhưng mục đích thì cũng chỉ là một: đấy là cách phải làm thế nào để loại bỏ được "cái tôi" và cái "của tôi". Sự khác biệt (với Phật Giáo) là các ngành triết học ấy cho rằng sau khi đã loại bỏ được các thứ cảm tính ấy (về "cái tôi" và cái "của tôi") thì những gì còn sót lại sẽ là Cái Ngã Đích Thật, cái Atman Tinh Khiết, đơn giản hơn đấy chỉ là sự Thèm Khát (tức là một hình thức thèm khát hay bám víu: một cách ám chỉ và mô tả linh hồn thật độc đáo). Trái lại giáo huấn Phật Giáo không chấp nhận cách nêu lên các loại thuật ngữ đó nhằm để tránh không làm phát sinh ra một sự bám víu nào khác vào "cái tôi" và các sự vật thuộc vào "cái tôi". Theo Đức Phật thì khi nào biết nhìn vào "cái tôi" và cái "của tôi" đúng với bản chất của chúng thì khi đó chỉ sẽ còn lại một sự trống không thật hoàn hảo gọi là nibbâna (niết-bàn) - theo đúng với câu "nibbanam paramam sunam" tức có nghĩa là một thể dạng hoàn toàn trống không về "cái tôi" và cái "của tôi" - không có bất cứ thứ gì khác còn lưu lại nữa. Nibbâna biểu trưng cho sự chấm dứt của chứng bệnh tâm linh.

Vấn đề về "cái tôi" và cái "của tôi" thật hết sức khó để thấu triệt. Nếu không đủ sức tập trung sự suy nghĩ thật sâu xa thì quả là rất khó để có thể quán thấy được dukkha (khổ đau) đang tàng ẩn thật kín đáo phía sau "cái tôi" và cái "của tôi", đấy là những con vi khuẩn gây ra căn bệnh tâm linh.

Thuật ngữ "attâ" còn gọi là "cái ngã" mang cùng ý nghĩa với chữ "ego" ("cái tôi") trong tiếng La-tinh. Khi cảm tính về "cái tôi" hiện lên thì chúng ta gọi đấy là tánh ích kỷ (égotisme / egocentricity, egocentrism / tính tư lợi, tự xem mình là trung tâm), bởi vì mỗi khi xuất hiện thì nó sẽ làm phát sinh ra cảm tính về cái "của tôi" một cách thật tự nhiên. Nếu đem ghép chung cảm tính về "cái tôi" và cảm tính về các sự vật là "của tôi" thì tất sẽ đưa đến sự ích kỷ đúng với ý nghĩa của nó (egoism). Người ta thường có xu hướng bảo rằng "ego" ("cái tôi") là một thứ gì thật tự nhiên nơi tất cả mọi sinh vật và có thể xem đó như là trọng tâm của sự sống. Nếu dịch sang tiếng Anh thì chữ này có nghĩa là "linh hồn" (soul), một chữ phát sinh từ tiếng Hy Lạp kentricon, và chữ này thì có nghĩa là "trung tâm". Do đó attâ (cái ngã) có thể xem là trọng tâm hay phần cốt lõi thật cần thiết nơi mọi sinh vật, và chính vì thế nên hết sức khó cho một người bình thường (không tu tập) có thể trừ khử được nó hay thoát được nó.

Tóm lại là một người không thức tỉnh sẽ luôn bị chi phối bởi sự ích kỷ. Thật ra thì thể dạng ích kỷ đó không nhất thiết phải thường xuyên phát lộ một cách công khai, mà nó chỉ hiện ra khi có sự tiếp xúc của các giác quan, có nghĩa là khi trông thấy một hình tướng, nghe được một âm thanh, ngửi thấy một mùi, sờ vào một vật thể hay mỗi khi có một tư duy hiện ra trong tâm thức. Mỗi khi cảm tính về "cái tôi" hay cái "của tôi" đã hiện ra thì người ta có thể bảo đấy là lúc mà triệu chứng của căn bệnh đã phát hiện đầy đủ, bất kể đấy là do cơ quan giác cảm nào đã đánh thức nó. Vào đúng lúc xảy ra sự tiếp xúc giác cảm thì cảm tính về "cái tôi" và cái "của tôi" cũng sẽ hiện ra, các triệu chứng của căn bệnh cũng theo đó mà phát hiện thật rõ rệt, và theo đó sự ích kỷ đích thật cũng sẽ phát lộ một cách cực mạnh.

Ở cấp bậc này, chúng ta không còn xem đấy là một thứ cảm tính tư lợi (egotism) nữa mà là một sự ích kỷ với đầy đủ ý nghĩa của nó (égoisme / selfishness, egoism / sự ích kỷ, sự hẹp hòi, bủn xỉn, chỉ biết nghĩ đến mình), bởi vì đấy là một thứ cảm tính vị kỷ khiến con người bị đánh lạc hướng và rơi vào con đường sai lầm, một con đường thấp hèn chỉ biết nghĩ đến bản thân mình và mặc kệ người khác, mọi hành động đều biểu trưng cho sự ích kỷ tột độ. Trong trạng thái đó, con người chỉ còn biết hành động dưới sự chi phối của sự thèm muốn, ghét bỏ và tình trạng u mê về thực thể của mọi sự vật. Căn bệnh phát hiện dưới hình thức của một sự ích kỷ mang lại mọi thứ tai hại cho chính mình và cho cả người khác. Đấy là mối hiểm nguy lớn nhất trong thế giới ngày nay. Sở dĩ thế giới đang lâm vào tình trạng nhiễu nhương và loạn lạc cũng đơn giản chỉ vì tất cả mọi người đều ích kỷ, họ kéo bè lập đảng để kình chống nhau. Họ cứ nhắm mắt đấm đá nhau, thế nhưng thực ra trong thâm tâm thì nào họ có cố tình muốn như thế đâu, đấy chỉ vì họ bị thúc đẩy bởi các thứ xung năng mà họ không đủ sức để cưỡng lại. Đấy là cách mà căn bệnh thâm nhập và lan rộng trong cơ thể họ. Sở dĩ các thứ vi khuẩn gây ra bệnh tật lan tràn trên thế giới đấy là vì chẳng hề có ai biết được phương thuốc cứu chữa để mang ra sử dụng, tuy rằng phương thuốc ấy lại đang sẵn có và đấy là cốt lõi của giáo huấn Phật Giáo.

Cốt lõi của giáo huấn Phật Giáo là gì?

Tôi rất mong quý vị sẽ nắm bắt được thế nào là "cốt lõi của giáo huấn Phật Giáo". Trong buổi nói chuyện hôm nay, nếu tôi nêu lên câu hỏi: "Vậy cốt lõi của giáo huấn Phật Giáo là gì?" thì nhất định tôi cũng sẽ nhận được vô số các câu trả lời trái ngược nhau, không câu nào giống với câu nào cả. Mỗi người trả lời tùy theo những gì mà họ được học hay được nghe, hoặc là do sự suy luận riêng của mình. Chúng ta cứ thử nhìn vào những gì đang xảy ra trong thế giới ngày nay xem sao. Trong thế giới của chúng ta còn có được mấy ai đủ sức để nhận biết đâu là cốt lõi của giáo huấn Phật Giáo? Và trong số đó có mấy ai đã mang ra ứng dụng hiệu quả được cái cốt lõi đó?

Nếu nêu lên câu hỏi tâm điểm của Phật Giáo là gì thì một số người sẽ bảo rằng đấy là Bốn Sự Thật Cao Quý (Tứ Diệu Đế), một số người khác thì lại cho đấy là aniccamdukkhamanatta (tức là Ba Dấu Ấn hay Ba Nguyên Lý Căn Bản của Phật Giáo là aniccam: vô thường, dukkha: khổ đau hay bất toại nguyên, manatta: vô ngã. Tuy nhiên cũng xin ghi nhận thêm là nhiều kinh sách còn đề nghị thêm một dấu ấn thứ tư là nibbanâ hay niết-bàn) và một số người khác nữa thì lại đọc lên vanh vách các câu sau đây:

Sabba pipassa akaranam
Kusalassupasampada
Sacitta pariyodapanam
 Etam Buddhanasasanam
(có nghĩa là : "không nên làm điều xấu, chỉ nên

làm điều tốt, tinh khiết tâm thức mình, đấy là cốt lõi giáo huấn của Đức Phật")

Tất cả các câu trả lời trên đây đều đúng, thế nhưng chỉ đúng được một phần, chẳng qua bởi vì mọi người chỉ trả lời một cách thuộc lòng mà quên mất đi là phải tự kiểm chứng bằng kinh nghiệm của chính mình xem có đúng thật như thế hay không.

Để nêu lên cốt lõi của giáo huấn Phật Giáo tôi chỉ xin nhắc lại với quý vị một câu phát biểu vô cùng đơn giản của Đức Phật: "Không được bám víu vào bất cứ gì cả". Trong kinh Majjhima Nikaya (Trung A Hàm) có thuật lại rằng một hôm có một người bước đến đảnh lễ Đức Phật và thỉnh cầu Ngài hãy tóm lược giáo huấn của Ngài bằng một câu thật ngắn gọn, và nếu được thì câu ấy sẽ là gì. Đức Phật đáp lại rằng Ngài có thể làm được việc ấy và đã nói lên câu trên đây: "Sabbe dhamma nalam abhinivesaya" tức là "Không được bám víu vào bất cứ gì cả" ("Sabbe dhamma" có nghĩa là bất cứ gì, "nalam" không được phép, "abhinivesaya" bám víu vào). Đức Phật còn nhấn mạnh thêm tầm quan trọng của câu này bằng cách nói thêm rằng nếu ai được nghe những lời cốt tủy ấy thì cũng có nghĩa là nghe được tất cả giáo huấn, và nếu ai tiếp nhận được quả của việc tu tập ấy (không bám víu vào bất cứ gì) thì cũng có nghĩa là tiếp nhận được tất cả các quả do giáo huấn của Ngài mang lại.

Nếu ai nắm vững được sự thật trong những lời giáo huấn ấy một cách hoàn hảo - tuyệt đối không được bám víu vào bất cứ gì cả - thì người ấy cũng sẽ không còn bị những con vi khuẩn gây ra các thứ bệnh thèm muốn, ghét bỏ và vô minh thâm nhập, đấy là các thứ bệnh đưa đến những hành động sai lầm, dù là trên thân xác, bằng ngôn từ hay trong tâm thức. Chính vì thế, cứ mỗi khi có một hình tướng, một âm thanh, một mùi, một vị, một sự va chạm hay một hiện tượng tâm thần phát hiện, thì kháng thể "không được bám víu vào bất cứ gì cả" sẽ giúp chận đứng ngay được sự lây nhiễm. Vi khuẩn không thể thâm nhập được, hoặc cũng có thể cứ để cho chúng thâm nhập nhằm để dễ tiêu diệt chúng hơn. Dù sao thì vi khuẩn cũng sẽ không thể nào sinh sôi nẩy nở và gây ra bệnh được, bởi vì kháng thể trong người luôn tìm cách tiêu diệt chúng. Thật vậy kháng thể đó có hiệu lực vô song và vĩnh viễn. Và đấy là cốt lõi của giáo huấn Phật Giáo, của tất cả Dhamma. Không được bám víu vào bất cứ gì cả!

Bất cứ ai đã thực hiện được sự thật đó thì cũng có thể xem như đã tạo được cho mình kháng thể giúp hóa giải mọi sự tác hại của căn bệnh tâm linh và khiến cho nó phải chấm dứt. Người ấy sẽ không còn bị căn bệnh làm cho mình phải khổ sở với nó nữa. Thế nhưng đối với trường hợp của một người bình dị không thấu triệt được cốt lõi của giáo huấn của Đức Phật là gì thì hoàn toàn khác hẳn: người này không có một sức đề kháng nào cả.

Đến đây có lẽ quý vị cũng đã nắm vững được ý nghĩa của "căn bệnh tâm linh" là gì và ai là vị lương y chữa khỏi được căn bệnh ấy. Thế nhưng chỉ khi nào ý thức được là mình đang bệnh thì khi ấy mình mới thật sự nghĩ đến việc chữa chạy và sử dụng liều thuốc thích nghi. Nếu chưa ý thức được là mình đang bệnh thì mình vẫn cứ sống nhởn nhơ và đua đòi những gì mình thích. Đấy chẳng khác gì như một người bị lao phổi hay bị ung thư mà cứ lo vui đùa không quan tâm đến việc chữa chạy cho đến một lúc nào đó thì mọi sự đã muộn, người ấy sẽ không sao tránh khỏi cái chết do căn bệnh của mình gây ra.

Không nên vướng vào những chuyện ngu xuẩn đại loại như thế! Phải luôn tuân theo những lời chỉ dạy của Đức Phật: "Không được chểnh mãng. Phải luôn chú tâm thật mạnh". Biết chú tâm thật mạnh thì chúng ta mới nhận ra được là mình đang bị căn bệnh tâm linh hành hạ và từ đó mình mới khám phá ra được đám "vi khuẩn" gây bệnh cho mình. Nếu áp dụng được những điều chỉ bảo trên đây một cách đúng đắn và kiên trì thì nhất định quý vị cũng sẽ tiếp nhận được ngay trong cuộc sống này những điều tốt đẹp nhất mà con người có thể có được.

Bám víu là căn nguyên gây ra chứng bệnh tâm linh

Chúng ta phải nhận biết được một cách thật chính xác là các hành động bám víu của mình chính là những con vi khuẩn vừa gây ra bệnh tật lại vừa làm cho bệnh tật lan tràn. Chỉ cần quan sát mọi sự vật thuộc trong một cấp bậc thật đơn sơ thì cũng đủ để nhận thấy một cách dễ dàng là sự bám víu vào "cái tôi" và cái "của tôi" là một vết thương trầm trọng nhất (khi đã bị "cái tôi" chi phối và cảm tính ích kỷ đã bùng lên thì dù một chuyện thật nhỏ nhặt cũng có thể khiến cho chúng ta tức giận, hối tiếc, đau buồn, khổ sở, vui vẻ, hân hoan, v.v.).

Người ta có thể phân loại sự ô nhiễm của tâm thức thành ba cấp bậc: lobah tức là sự thèm muốn (tham vọng, thèm khát, đam mê / desir), dosa tức là sự ghét bỏ (không thích, chán ghét, hận thù / aversion) và moha tức là vô minh (sự sai lầm, u mê, không nhìn thấy được đúng bản chất của mọi sự vật / ignorance, delusion) hay là sự hiểu biết sai lầm về hiện thực. Người ta có thể phân loại chi tiết hơn những thứ đau thương ấy thành mười sáu thứ khác nhau hoặc là nhiều hơn tùy thích (kinh sách gọi ba thứ này là "tam độc" hay "ba thứ nọc độc" (trivisa) hay còn gọi chung là "ba thể dạng đam mê" hay "dục vọng" (khesa) - kinh sách tiếng Việt gọi là tham, sân, si - các thứ cảm tính bấn loạn này có thể được phân loại thành 16 thể loại khác nhau hay nhiều hơn nữa tùy theo kinh sách và các học phái), thế nhưng sau cùng thì tất cả cũng chỉ quy vào ba thứ là sự thèm muốn, ghét bỏ và vô minh (thèm muốn, ghét bỏ và vô minh thì nào có đau đớn gì đâu? Chúng ta thường xuyên bị chúng chi phối và kiềm tỏa thế nhưng vẫn cứ tìm thấy sự vui thích, vẫn cười nói và ăn uống rất ngon, thấy người khác phái (hay cũng có thể là đồng tính) rất đẹp, trông thấy kẻ thù của mình thật "ngu dốt" và nếu chẳng may "họ" gặp khó khăn thì mình cảm thấy vui thích, hả hê..., thế nhưng phía sau những thứ thèm muốn, ghét bỏ và vô minh ấy luôn tàng ẩn những khổ đau mênh mông mà mình không ý thức được, bởi vì "ba thứ nọc độc" - nhất là vô minh - có khả năng lừa gạt chúng ta một cách thật tài tình mà chúng ta không hề hay biết). Và cả ba thứ ấy (tam độc) lại cũng có thể gom chung thành một thứ duy nhất: ấy là cảm tính về "cái tôi" và cái "của tôi". Cảm tính về "cái tôi" và cái "của tôi" là một thứ mầm móng nằm sẵn trong nội tâm làm phát sinh ra sự thèm muốn, ghét bỏ và vô minh. Khi nó phát lộ dưới hình thức ham muốn, đam mê và háo hức (lobah) thì nó sẽ tìm cách kéo gần lại với nó các đối tượng (thích thú) của giác cảm mà nó đã tiếp xúc được. Ngược lại khi nó phát lộ dưới hình thức ghét bỏ (doha) thì nó sẽ tìm cách đẩy ra xa các đối tượng mà nó đã cảm nhận được. Thế nhưng nếu khi nó bị rơi vào tình trạng hoang mang không còn biết là mình muốn gì, phân vân không biết là nên nắm giữ hay nên buông bỏ đối tượng, thì đấy chính là thể dạng của vô minh (tức là moha hay sự u mê. Vô minh hay u-mê có nghĩa là không nhìn thấy được bản chất đích thật của mọi hiện tượng, do đó dù "cái tôi" phát lộ dưới hình thức thèm muốn hay ghét bỏ thì cũng đều là sai, và vì thế "hoang mang" là thể dạng tất yếu của "cái tôi" khi nó rơi vào tình trạng sai lầm).

Căn bệnh tâm linh thúc đẩy chúng ta ứng xử theo một trong ba cảnh huống trên đây (thèm muốn, ghét bỏ và hoang mang) đối với tất cả các đối tượng của giác cảm (hình tướng, âm thanh, mùi, vị, hay các vật thể sờ mó được) tùy thuộc vào cách nhìn của nó: tức là các đối tượng tạo ra sự quyến rũ, sự ghê tởm hay là tình trạng hoang mang, tất cả đều tùy thuộc vào các thể dạng hiển hiện khác nhau của chúng: lộ liễu hay ẩn kín, quyến rũ hay ghê tởm, hoặc là hoang mang. Tuy khác biệt nhau thế nhưng cả ba cách ứng xử đó đều là sai lầm, bởi vì nguyên nhân làm phát sinh ra chúng là những cảm tính nội tâm cho rằng có "cái tôi" và cái "của tôi".Vì thế, người ta có thể bảo rằng cảm tính về "cái tôi" và cái "của tôi" là một sự ô nhiễm trầm trọng nhất làm phát sinh ra tất cả mọi thứ khổ đau và bệnh tật.

Vì lý do chúng ta không nắm vững được một cách thật sâu xa giáo huấn của Đức Phật về khổ đau do đó chúng ta cũng không thật sự hiểu hết được khổ đau là gì. Chúng ta cứ tưởng khổ đau mà Đức Phật nói đến chỉ là sự sinh, sự già nua và cái chết. Thực ra khổ đau thì nào có phải chỉ là phần thân xác làm phương tiện để chuyển tải khổ đau đâu (một câu giải thích thật tuyệt vời: dukkha mà đức Phật nêu lên thật sâu sắc, mênh mông và ẩn kín, không nhất thiết chỉ là những thể dạng đau thương lộ liễu lan tràn và phơi bày ra chung quanh chúng ta. Khi nào ý thức được cái dukkha sâu kín và mênh mông đó thì lòng từ bi của chúng ta mới có thể trở nên đích thật được). Đức Phật tóm lược giáo huấn về khổ đau như sau: "Nếu nói một cách ngắn gọn thì dukkha là sự bám víu vào khandha" (khandha: kinh sách tiếng Việt gốc Hán gọi là ngũ uẩn, tức là năm thứ cấu hợp tạo ra một cá thể con người, đấy là: hình tướng, giác cảm, sự nhận biết, tác ý và tri thức). Năm thứ cấu hợp ấy cũng có nghĩa là những gì đứng ra để bám víu (chủ thể) hay là dựa vào đấy để bám víu (đối tượng) với tư cách là "cái tôi" hay cái "của tôi" (khi năm thứ cấu hợp - hay ngũ uẩn - bám víu vào một đối tượng bên ngoài thì nó sẽ giữ vai trò của "cái tôi" tức là "chủ thể", khi "cái tôi" bám víu vào năm thứ cấu hợp, thì năm thứ cấu hợp sẽ trở thành cái "của tôi" tức là "đối tượng". Ngoài cái "của tôi" là năm thứ cấu hợp ra, thì "cái tôi" còn bám víu vào sự biến động của các vật thể khác (hiện tượng) trong bối cảnh bên ngoài và cũng xem đấy là cái "của tôi" tức là các đối tượng thuộc ngoại cảnh). Tất cả những gì không vướng mắc bởi sự bám víu vào "cái tôi" và cái "của tôi" đều thoát khỏi dukkha. Chỉ khi nào bám víu vào sự sinh, sự già nua, bệnh tật và cái chết như là "cái tôi" hay cái "của tôi" thì khi đó những thứ ấy mới biến thành dukkha. Thân xác và tâm thức cùng là một thứ và chúng không khác gì nhau. Dukkha không phải là một thứ gì mang tính cách tự tại nơi thân xác và tâm thức mà chỉ phát sinh khi nào xảy ra sự bám víu vào "cái tôi" và cái "của tôi". Khi thân xác và tâm thức loại bỏ được những thứ vi khuẩn tâm thần (sự bám víu vào "cái tôi", và cái "của tôi") và trở nên tinh khiết thì khi đó chúng cũng sẽ giống như thân xác và tâm thức của một vị A-la-hán, tức là hoàn toàn không còn vướng mắc vào bất cứ một thứ khổ đau nào nữa.

Quý vị phải ý thức được một cách thật minh bạch là "cái tôi" và cái "của tôi" là căn nguyên của tất cả mọi thể dạng của dukkha. Bất cứ nơi nào có sự bám víu (vào "cái tôi" và cái "của tôi") thì nơi đó tất sẽ có sự u mê và lầm lẫn. Sở dĩ chúng ta thiếu sáng suốt đấy là vì tâm thức của chúng ta không trống không, nó bị tràn ngập bởi sự giận dữ, bực tức và bấn loạn, đấy là các thể dạng tâm thần mà cảm tính về "cái tôi" và cái "của tôi" đã tạo ra cho nó. Trái lại, một tâm thức vượt thoát được sự bám víu vào "cái tôi" và cái "của tôi" thì sẽ tràn đầy một sự nhận thức sáng suốt ("truth-discerning awareness" trong bản dịch tiếng Anh và "sage présence consciente" trong bản dịch tiếng Pháp - có thể xem như cùng nghĩa với các khái niệm về "trí tuệ", sự "tỉnh thức" hay sự "giác ngộ").

Chúng ta cẩn phải nắm vững sự kiện là có hai thể loại cảm tính khác nhau - thứ nhất là cảm tính về "cái tôi" và cái "của tôi" (vô minh), thứ hai là sự nhận thức minh bạch (trí tuệ) - và cả hai hoàn toàn tương khắc nhau. Nếu một trong hai thứ cảm tính thâm nhập vào tâm thức thì tức khắc thứ kia sẽ rút lui ra. Hai thứ không thể hòa hợp với nhau được. Nếu tâm thức tràn ngập cảm tính về "cái tôi" và cái "của tôi" thì sự nhận thức sáng suốt không sao thâm nhập vào được, và nếu trong tâm thức hiện hữu sự nhận thức sáng suốt thì "cái tôi" và cái "của tôi" sẽ biến mất. Thoát khỏi "cái tôi" và cái "của tôi" tức là đạt được thể dạng nhận thức trong sáng (sự tỉnh thức, trí tuệ hay sự giác ngộ).

Tánh không hiện hữu tại nơi này và ngay trong lúc này

Nêu lên điều sau đây biết đâu cũng có thể sẽ gây ra một sự lo ngại nào đó, thế nhưng nếu muốn thấu triệt được chính xác Dhamma là gì thì cũng nên mượn cách phát biểu của một vị thầy thuộc học phái Zen là Huang Po (Hoàng Bá Hy Vân, thiền sư Trung Quốc thế kỷ thứ IX), để nói lên rằng: tánh không chính là Dhamma, tánh không chính là Đức Phật, tánh không chính là Tâm Thức Nguyên Sinh. Sự hoang mang (lầm lẫn, u mê, vô minh) và sự vắng mặt của tánh không sẽ không phải là Dhamma, không phải là Đức Phật, không phải là Tâm Thức Nguyên Sinh (tuyệt vời thay một câu giải thích thật ngắn gọn nhưng bao hàm được tất cả Đạo Pháp từ Theravada cho đến toàn thể Đại Thừa. Nếu chưa đạt được tánh không một cách tuyệt đối thì khó có thể hòa nhập được với hiện thực, bởi vì loại bỏ được cảm tính về "cái tôi" và cái "của tôi" thì đấy mới chỉ là cách giúp "trông thấy" và "quán nhận" được hiện thực và chưa phải là hội nhập để trở thành một với hiện thực. Do đó cũng không nên đánh giá tư tưởng của Buddhadasa là chỉ nằm trong giới hạn của lãnh vực Phật Giáo Theravada). Sự hoang mang (vô minh, lầm lẫn) và đánh mất tánh không chỉ là hậu quả xảy ra sau này (Tâm Thức Nguyên Sinh hay Phật Tính là những gì mang tính cách tự tại và nguyên thủy. Trong khi đó thì các hậu quả phát sinh ra sau này từ cảm tính về "cái tôi" và cái "của tôi" sẽ tạo ra sự hoang mang và u mê che lấp Phật Tính và Tánh Không). Tóm lại là có hai thứ cảm tính đối nghịch nhau sẽ hiện ra (một bên là cảm tính về Dhamma và Tánh Không và một bên là thể dạng đối nghịch với nó tức là cảm tính về sự hoang mang và tình trạng đánh mất tánh không). Khi nào chúng ta thấu triệt được cả hai thứ cảm tính ấy thì chúng ta cũng sẽ hiểu được Dhamma dễ dàng hơn.

Quý vị đang ngồi đây nghe giảng và nếu quý vị là "trống không", tức có nghĩa là quý vị đang cố gắng hình dung ra là mình không phát động cảm tính về "cái tôi" và cái "của tôi", thì quý vị sẽ lắng nghe tôi nói với một sự nhận thức sáng suốt (chú tâm), tương tự như trong một thể dạng mà cảm tính về "cái tôi" và cái "của tôi" không gây ra một tác động nào đối với quý vị. Thế nhưng nếu có một thứ gì đó bất thần phát hiện ra và một trong các giác quan của mình bị khích động (thí dụ như thấy người bên cạnh cử động, cảm thấy cánh tay của người ngồi phía sau chạm vào lưng mình, ngửi thấy mùi mồ hôi hay mùi nước hoa của người ngồi bên cạnh, hoặc nghe thấy một tiếng động ở ngoài sân...) thì tức khắc cảm tính của "cái tôi" và cái "của tôi" sẽ phát sinh ra với quý vị và tánh không hay thể dạng nhận thức sáng suốt mà mình đang cảm nhận được cũng sẽ tức khắc biến mất.

Nếu hoàn toàn trống không về tính tự kỷ (tự xem mình là trung tâm) thì chúng ta cũng sẽ không còn mang một cảm tính nào về "cái tôi" và cái "của tôi" nữa. Chúng ta sẽ đạt được sự nhận thức sáng suốt (trí tuệ) giúp loại bỏ dukkha và làm cho căn bệnh tâm linh phải chấm dứt. Bắt đầu từ thời điểm này những căn bệnh mới từ bên ngoài sẽ không còn thâm nhập vào được nữa và bệnh đã lây nhiễm từ trước cũng đã bị tiêu trừ, tương tự như tóm cổ được nó và vứt nó ra ngoài. Từ giây phút này tâm thức sẽ tràn ngập Dhamma. Những gì vừa trình bày cũng thật phù hợp với cách cho rằng tánh không chính là sự nhận thức sáng suốt, là Dhamma, là Đức Phật, bởi vì đúng vào thời điểm mà "cái tôi" và cái "của tôi" trở thành trống không thì tất cả những phẩm tính tuyệt vời nhất của toàn thể giáo huấn của Đức Phật cũng sẽ hiện ra.

Nếu nói một cách đơn giản hơn thì đấy là một sự chú tâm thật hoàn hảo (sự tỉnh thức) được ghép thêm một sự hiểu biết toàn diện về mọi sự vật (trí tuệ), và cũng là một cảm tính thật minh bạch về một sự hổ thẹn (hiri / hối hận, hối tiếc, nói chung là sự ý thức về đạo đức) trước những hành động tồi tệ do mình gây ra, một tấm lòng lương thiện biết e sợ những điều xấu xa, một sự kết hợp giữa sự nhẫn nhục và sự kiên trì (khanti), một lòng nhân ái (soracca), không lùi bước trước bất cứ một thử thách nào. Đấy cũng là một sự biết ơn sâu xa (katannukatavedi) và một lòng lương thiện tuyệt đối giúp mang lại một sự hiểu biết và một sự quán thấy minh bạch về hiện thực. Đấy là những gì sẽ giúp thực hiện được nibbâna hay sự Giác Ngộ tối thượng.

Trợ lực của Đạo Đức

Tất cả các phẩm tính căn bản như đã được trình bày trên đây nhất thiết đều phải được hội đủ, bởi vì những thứ ấy cũng thuộc vào thành phần của Dhamma (xin nhắc nhắc lại các phẩm tính ấy như sau: sự hiểu biết minh bạch (satisampajanna), sự hổ thẹn (hiri), sự lo sợ vi phạm vào những điều hung ác (ottappa), sự kiên nhẫn và bền chí (khanti), lòng nhân ái (soracca) và lòng biết ơn (katannukata-vedi). Chỉ riêng sự xấu hổ và e sợ vi phạm vào những điều hung ác cũng đủ để giúp cho thế giới tìm thấy sự thanh thản và sự an bình bền vững. Ngày nay hình như con người đã trở nên quá trơ trẽn và chai đá không còn biết xấu hổ hay lo sợ trước những hành động tồi tệ của mình nữa. Họ phạm vào những hành động không thể tha thứ được và dù ý thức được là các hành động của mình sẽ gây ra tai họa cho toàn thế giới, thế nhưng họ vẫn cứ tiếp tục hành xử theo cung cách đó. Thế giới đang bị tàn phá nặng nề cũng chỉ vì không mấy ai còn giữ được cái đức tính thật đơn giản ấy (xấu hổ và e sợ vi phạm vào những điều tệ hại. Xin nhắc thêm là Buddhadhasa đã nói lên những điều này cách nay đã nửa thế kỷ).

Chúng ta thử xét đến một đức tính khác có thể còn khiêm nhường hơn thế nữa: đấy là lòng biết ơn. Chỉ cần có đức tính duy nhất này cũng đủ để mang lại sự an bình cho thế giới. Đấy là một thứ đức tính giúp chúng ta hiểu rằng trong thế giới này mỗi con người đều biểu trưng cho một sự lợi ích nào đó đối với người khác. Thật thế, không phải chỉ có con người mới biết mang lại lợi ích! Con mèo, con chó hay con chim sẻ cũng đều mang lại một sự lợi ích cho con người. Nếu ý thức được cái món nợ biết ơn của mình đối với tất cả các chúng sinh ấy thì chúng ta cũng sẽ không thể nào hội đủ can đảm để gây ra thiệt hại cho bất cứ một chúng sinh nào hay đối xử tàn tệ với chúng (câu cá chẳng hạn). Chỉ cần dựa vào sức mạnh của đức tính đó tức là lòng biết ơn, cũng đủ để giúp chúng ta góp phần không nhỏ vào việc cải thiện thế giới.

Tóm lại là nếu những gì trên đây mà người ta gọi chung là đạo đức được phát huy một cách đúng đắn thì tất cả cũng sẽ biểu trưng cho một bản chất giống nhau, đấy là khả năng góp phần vào việc giúp đỡ thế giới. Ngược lại nếu đấy là những thứ đạo đức sai lầm hay chỉ là đạo đức giả, thì chúng sẽ tạo ra tình trạng hỗn loạn đưa đến những các cảnh huống tương khắc và xung đột. Khi nào phát huy được đạo đức đích thật, thoát khỏi "cái tôi" và cái "của tôi" thì tất cả thể dạng vẹn toàn của Dhamma, của Đức Phật và của tất cả mọi hiện tượng cũng sẽ hiện hữu trong cái tâm thức duy nhất ấy, một tâm thức đích thật trong thể dạng nguyên sinh của nó (những gì mà Buddhadasa vừa mô tả thì nào có khác gì với khái niệm về Phật Tính hay bản thể của Phật đối với Đại Thừa Phật Giáo nói chung, hay là với một tâm linh tỉnh thức giúp mình hoà nhập với thực tại do học phái Zen chủ trương đâu. Khi nào quán thấy được "cốt lõi của Dhamma" là gì thì chúng ta cũng sẽ có thể vượt lên trên các cách diễn đạt, các thuật ngữ và biết đâu cả các học phái khác nhau). Trái lại nếu một tâm thức không ngừng biểu lộ "cái tôi" và cái "của tôi" trong một tình trạng luôn căng thẳng thì nhất định nó sẽ không thể nào phản ảnh được bóng dáng của một thứ đạo đức nào, bởi vì cái tâm thức đó không thể phát huy được một sự chú tâm hay một sự tỉnh thức nào cả. Tâm thức đó luôn xao động, chểnh mãng, không phát huy được một sự quán thấy bền vững, không có khả năng xét đoán, cũng không giữ được một sự cân bằng cần thiết. Cái tâm thức đó cũng không còn biết hổ thẹn là gì, cũng không biết lo sợ vi phạm vào những hành động sai trái nữa. Một con người khi đã mang một tâm thức như thế sẽ trở nên hoàn toàn vô cảm và không thể nào hiểu được lòng biết ơn là gì. Tâm thức của người này hoàn toàn bị xâm chiếm bởi bóng tối của sự u mê, khiến mình chỉ biết thực thi những hành động nhằm tàn phá cả thế giới. Đối với một người đã rơi vào tình trạng tâm thức như trên đây thì dù có bàn thảo với họ về sự quán thấy sáng suốt về anicca (vô thường), dukkha (khổ đau) hay anatta (vô ngã) hoặc bất cứ điều gì khác thì cũng chỉ là vô ích. Thật sự là không còn làm gì để có thể giúp họ được nữa.

Nên chọn cho mình sự trống không hay là sự bấn loạn?

Trước hết chúng ta phải phân biệt thật rõ ràng

giữa hai thể dạng: thứ nhất là sự "trống không về cái tôi" và thứ hai là sự "không trống không về cái tôi". Thể dạng thứ nhất có thể gọi là sự "trống không" và thể dạng thứ hai là sự "bấn loạn" (hay xao động). Xin quý vị hãy ghi nhớ cách định nghĩa này để khỏi phải nhắc đi nhắc lại trong phần trình bày dưới đây.

Tất nhiên là quý vị sẽ cho rằng chẳng có ai muốn mình lâm vào tình trạng bấn loạn cả. Nếu tôi nêu lên với tất cả quý vị trong buổi họp mặt này một câu hỏi như sau: "Nếu có ai đang tham dự buổi họp này muốn mình lâm vào tình trạng bấn loạn thì xin đưa tay lên!", và nếu thật sự có ai đưa tay lên thì nhất định đấy là một người mang chủ ý muốn đùa nghịch mà thôi. Tất cả mọi người đều thích trống không, dù là dưới hình thức này hay hình thức khác: một số người thích sự trống không mang tính cách lười biếng tức không muốn đi làm, tất cả mọi người thì đều thích sự trống không về mọi thứ có thể quấy rầy mình, chẳng hạn như không thích trông chừng những đứa trẻ nghịch ngợm và không vâng lời. Thế nhưng tất cả những thứ ấy chỉ là sự trống không về những thứ thuộc vào bối cảnh bên ngoài, và đấy không phải là sự trống không đích thật.

Trống không trong nội tâm là một thể dạng bình thường (bình dị, thăng bằng), có nghĩa là mang một tâm thức không bị sao lãng và lẫn lộn. Bất cứ ai cảm nhận được sự trống không nội tâm đó đều cảm thấy hài lòng. Và nếu thể dạng đó được phát huy đến một cấp bậc cao nhất, tức có nghĩa là đạt được một thể dạng trống không về bất cứ một hình thức ích kỷ nào thì đấy chính là nibbāna (tức là niết-bàn, mặc dù Buddhadasa đã nhắc trên đây là nên ghi nhớ cách định nghĩa thế nào là sự trống không, tuy nhiên cũng xin mạn phép được nhắc lại là sự "trống không" ở đây có nghĩa là trống không về "cái tôi" và cái "của tôi" hay nói cách khác là trống không về tính "vị kỷ" chỉ biết nghĩ đến tư lợi và xem mình là "trung tâm", sở dĩ nhắc lại là nhằm vào mục đích tránh hiểu lầm niết-bàn là sự trống không, bởi vì niết-bàn chỉ là một "thể dạng tâm thức thật bình thường" khi đã loại bỏ được các thứ trên đây).

Một tâm thức bấn loạn (không trống không về "cái tôi" và cái "của tôi") thì hoàn toàn đối nghịch lại. Bất cứ thứ gì cũng đều có thể gây ra bấn loạn cho cái tâm thức đó: từ hành động, ngôn từ, tư duy cho đến xúc cảm. Một tâm thức bị bấn loạn sẽ rơi vào một tình trạng hoang mang hoàn toàn (lầm lẫn, vô minh), không còn dành ra được một khoảng trống nhỏ nhoi nào cho sự an bình và hạnh phúc. Một người có tâm thức rối loạn thì dù có quy y nơi Tam Bảo, quyết tâm tuân thủ Giới Luật, chăm lo cúng dường và thực thi những điều đạo hạnh, thì họ cũng sẽ không thể nào hòa nhập với Đức Phật, với Dhamma và Sangha (Tăng Đoàn) được. Họ chỉ biết thực thi những nghi thức lễ bái hoàn toàn vô nghĩa. Tóm lại là Đức Phật đúng thật, Đạo Pháp đúng thật và Tăng Đoàn chỉ có thể hiện hữu trong một tâm thức trống không. Mỗi khi tâm thức đạt được sự trống không về "cái tôi" và cái "của tôi" thì Tam Bảo cũng sẽ hiện ra tức khắc đúng vào thời điểm đó. Nếu những giây phút đó không kéo dài thì đấy cũng có nghĩa là Đức Phật, Đạo Pháp và Tăng Đoàn cũng chỉ hiện hữu với tính cách tạm thời mà thôi. Thế nhưng khi đã giữ được những giây phút đó bền vững và không thay đổi thì Tam Bảo đích thật - tức Đức Phật, Đạo Pháp và Tăng Đoàn - cũng sẽ hiện ra với mình thường xuyên hơn.

Vì thế xin quý vị hãy cố gắng trút bỏ "cái tôi" và cái "của tôi" ra khỏi tâm thức mình, khi đó Đức Phật,

Đạo Pháp và Tăng Đoàn cũng sẽ thường xuyên hiện ra với quý vị. Quý vị cứ tiếp tục như thế cho đến khi nào sự trống không trở thành tuyệt đối (không còn một bóng dáng nào của "cái tôi" và cái "của tôi" nữa) thì đấy cũng có nghĩa là quý vị đã mở rộng tâm thức mình để đón nhận Dhamma - như là một kháng thể hay một liều thuốc hóa giải - khiến cho căn bệnh tâm linh không còn một cơ may nào để có thể phát hiện ra được nữa.

Chữa trị căn bệnh tâm linh

Đến đây có lẽ chúng ta cũng nên giải thích chi tiết hơn đôi chút về cách chữa trị. Nếu muốn ngừa bệnh và điều trị thì nhất thiết phải áp dụng các nguyên tắc đã được trình bày trên đây, nói cách khác là phải ngăn chận mọi tác động của "cái tôi" và cái "của tôi". Vậy phải làm thế nào? Có nhiều phương pháp khác nhau. Đối với các thứ bệnh về thân xác và tâm thần thì có nhiều cách chữa trị, không phải chỉ có một cách duy nhất và bất di dịch. Tuy rằng có nhiều phương pháp khác nhau thế nhưng mục đích và kết quả mong cầu thì lúc nào cũng chỉ có một (tức phải làm thế nào để chữa lành căn bệnh). Đối với chứng bệnh tâm linh thì cũng thế, Đức Phật cũng đã đưa ra rất nhiều phương pháp tu tập khác nhau, hầu thích nghi với các dân tộc khác nhau, vào những thời đại khác nhau, thuộc các địa phương khác nhau và các cơ hội khác nhau. Có thể quý vị cũng đã từng được nghe nói đến nhiều phép tu tập được gọi bằng đủ mọi thứ danh xưng khác nhau, và vì thế biết đâu quý vị cũng có thể sẽ cảm thấy sợ hãi khi nghe nói rằng Đức Phật đã triển khai đến 84.000 đề tài chủ yếu hay chủ đề suy tư liên quan đến Dhamma (con số 84.000 mang tính cách thiêng liêng trong nền văn hóa Ấn Độ nói chung và chỉ có tính cách tượng trưng, kinh sách thường nêu lên con số này là chỉ nhằm nói lên sự phong phú về các "phương tiện thiện xảo" - upaya - trong giáo huấn Phật Giáo). Nếu thật sự có đến 84.000 chủ đề thì quý vị ngồi đây tất sẽ phải thối chí. Dù quý vị có học được một ít thì sau đó cũng sẽ quên và phải học lại, dù có học lại thì cũng lại quên, hoặc có thể là các thứ ấy cũng sẽ lẫn lộn trong đầu mình. Thế nhưng thật ra thì Dhamma cũng chỉ là một nắm trong tay, Đức Phật tóm lược nắm Đạo Pháp đó bằng một câu đơn giản như sau: "Không được bám víu vào bất cứ gì cả". Lắng nghe lời giảng đó cũng có nghĩa là lắng nghe toàn bộ giáo huấn; tu tập giáo huấn đó cũng có nghĩa là tu tập toàn bộ giáo huấn; tiếp nhận được quả của giáo huấn đó cũng có nghĩa là chữa khỏi được tất cả mọi bệnh tật.

Tất cả các phương pháp đều nhằm vào việc chữa lành căn bệnh của "cái tôi" và cái "của tôi", vì thế tùy quý vị muốn lựa chọn cho mình phương pháp nào cũng được. Một trong các phương pháp đó là phải thường xuyên suy tư về "cái tôi" và cái "của tôi" bằng cách xem chúng như một thứ ảo giác hay một thứ ảo tưởng bệnh hoạn (hallucination). Sự suy tư đó sẽ giúp nhận thấy rằng cảm tính về một cá thể con người tuy bề ngoài có vẻ như hàm chứa một thực thể vững chắc - mà chúng ta vẫn thường có thói quen gọi đấy là "cái tôi" và cái "của tôi" - thế nhưng thật ra thì đấy chỉ đơn thuần là một ảo giác. Chúng ta có thể nhận biết được điều này bằng cách nhìn vào "cái tôi" xuyên qua quy luật paticcasamuppâda (quy luật tương liên hay lý duyên khởi), một quy luật toàn cầu nêu lên sự tương kết giữa mọi hiện tượng hay là sự lôi kéo liên tục giữa nguyên nhân và hậu quả (tất cả mọi hiện tượng đều tương liên, tương tạo và tương tác với nhau trong một sự chuyển động chung, không có một hiện tượng nào mang tính cách tự tại hay nội tại cả, tức có nghĩa là tự nó nó không thể hiện hữu một cách độc lập và tách rời ra khỏi các hiện tượng khác được, "cái tôi" do đó cũng không phải là một thực thể độc lập mà chỉ là một "ảo giác" như tất cả các hiện tượng khác. Quy luật này cũng giúp để "hình dung" ra tánh không (vacuité / emptiness) của tất cả mọi hiện tượng theo quan điểm của Đại Thừa Phật Giáo. Do đó khi Buddhadasa nêu lên quy luật này để giúp quán thấy tính cách ảo giác của "cái tôi" và cái "của tôi" thì đấy cũng là cách mà ông đến gần với cách suy luận của Đại Thừa và khái niệm về tánh không theo quan điểm của Đại Thừa).

Chữa bệnh bằng paticcasamuppâda (quy luật tương liên)

Nếu muốn giải thích tường tận trên phương diện lý thuyết và kỹ thuật paticcasamuppâda là gì thì sẽ mất rất nhiều thì giờ (thật ra thì trên phương diện lý thuyết và kỹ thuật đơn thuần thì cũng không đến đỗi quá khó hiểu thế nhưng nếu muốn làm quen với nó, hòa mình với nó, hội nhập với nó trong sự chuyển động chung của thực tại và của vũ trụ bằng thiền định thì cũng sẽ mất khá nhiều thì giờ). Phải mất từ một đến hai tháng để có thể triển khai chủ đề này, bởi vì trong lãnh vực lý thuyết thì quy luật này ngày càng được khai triển nhiều hơn trên các khía cạnh liên quan đến tâm lý học và triết học và đã đưa đến một tình trạng phức tạp quá đáng (thật ra con người luôn suy nghĩ và hành động ngược lại với quy luật tương liên, thay vì hòa mình với thực tại và chuyển động chung với vũ trụ thì con người luôn tìm cách phá vỡ thực tại ra từng mảnh vụn hay từng thành phần nhằm để dễ định nghĩa, đặt tên, quy định, giới hạn và nắm bắt từng mảnh vụn hay từng thành phần một, và đấy cũng chính là cách "tách rời" cảm tính về "cái tôi" ra khỏi một cá thể để quy định nó như là một "cái tôi" thật sự, hay nói cách khác là trực tiếp làm phát sinh ra một "cái tôi" độc lập hay là linh hồn. Xin nêu thêm một thí dụ về sự bao quát và phức tạp về quy luật này: người ta thường hình dung tác động của hiện tượng tương liên trong bối cảnh của thực tại và không mấy ai nghĩ đến là những tác động đó còn mang tính cách "xuyên thực tại" và "xuyên cá thể" tức là có thể góp phần vào việc giải thích về hiện tượng tái sinh, nói cách khác đấy là sự tương liên giữa kiếp sống này với các kiếp sống khác xảy ra trước đó và cả sau đó trong tương lai. Sở dĩ mạn phép dông dài là nhằm vào mục đích làm nổi bật thêm chủ trương tu tập thật đơn giản, trực tiếp và thiết thực của Buddhadasa, tức là không nói đến sự tương liên và lôi kéo giữa các kiếp sống khác nhau và cũng không nêu lên tác động của quy luật này trong lãnh vực tâm lý học vì tất cả những thứ ấy quá trừu tượng và phức tạp). Thế nhưng trên phương diện thực hành thì Đức Phật cũng đã cho biết là chỉ gồm có một nắm giáo huấn trong tay. Khi các giác quan (mắt, tai, mũi, lưỡi v.v...) tiếp nhận được các thứ như hình tướng, âm thanh, mùi, vị, thì người ta gọi đấy là sự "tiếp xúc", và tiếp theo đó sự tiếp xúc ấy sẽ làm phát sinh ra giác cảm và sự cảm nhận. Sự cảm nhận lại tiếp tục triển khai để trở thành sự thèm muốn, sự thèm muốn lại được kích động thêm để trở thành sự bám víu (muốn tìm hiểu tường tận hơn quá trình này thì có thể xem lại khái niệm về sự vận hành của năm thứ cấu hợp - hay ngũ uẩn - tạo ra một cá thể con người). Sự bám víu đưa đến sự hình thành, sự hình thành đưa đến "sự sinh" hay là sự hiển hiện ra "cái tôi", và từ sự sinh đó cũng sẽ bắt đầu phát sinh ra các thứ khổ đau của sự già nua, của bệnh tật và cái chết - gọi chung là dukkha (Buddhadasa rút ngắn "mười hai mối dây trói buộc trong chu kỳ của sự sống" mà kinh sách tiếng Việt gọi là Thập Nhị Nhân Duyên. Ông chỉ nêu lên là sự bám víu sẽ đưa đến sự sinh và sự sinh sẽ là nguyên nhân làm phát sinh ra khổ đau của sự già nua, bệnh tật và cái chết).

Tôi cũng xin quý vị hãy cố gắng ghi nhận là mỗi khi có sự tiếp xúc với một đối tượng của các giác quan, thì sự tiếp xúc đó sẽ làm phát sinh ra giác cảm, và tiếp theo đó là sự thèm muốn, và cứ tiếp tục như thế. Người ta gọi đấy là chu kỳ paticcasamuppâda (chu kỳ của sự tương liên), quá trình lôi kéo mọi vật thể của quy luật này cho thấy rằng mọi vật thể nếu muốn hiển hiện ra thì luôn phải cần đến một nguyên nhân đã có từ trước, tức là các điều kiện cần thiết để làm phát sinh ra một thứ gì khác, cái thứ gì khác ấy lại tiếp tục trở thành nguyên nhân để làm phát sinh ra một thứ gì khác nữa, v.v... Quá trình lôi kéo ấy cho thấy rằng mọi sự vật sở dĩ có thể hiện ra là nhờ vào quy luật liên kết giữa nguyên nhân và hậu quả, "cái tôi" không hề hiện hữu ở bất cứ nơi nào trên quá trình đó (chỉ có nguyên nhân và hậu quả lôi kéo nhau mà thôi). Bánh xe của sự tương liên nêu lên hình ảnh trói buộc và xoay vần của tất cả mọi hiện tượng.

Nếu muốn áp dụng nguyên lý đó để mang lại lợi ích thì đấy là cách chận đứng quá trình diễn tiến làm phát sinh ra nguyên nhân tạo ra các điều kiện đưa đến sự hình thành. Chúng ta phải cắt đứt quá trình đó ngay từ lúc sinh ra sự tiếp xúc giác cảm, không để cho các cảm tính toại nguyện hay bất toại nguyện có thể phát sinh sau đó. Khi nào không còn một phản ứng nào hiện ra trong lãnh vực cảm tính, thì khi đó cũng sẽ không còn có một sự thèm muốn nào hay một sự bám víu nào có thể xảy ra được. Thật vậy "cái tôi" và cái "của tôi" phát sinh đúng vào thời điểm ấy, tức là vào lúc bắt đầu hiện ra sự thèm muốn và bám víu, và cái bẫy của ảo giác cũng sẽ giăng ra vào đúng lúc đó. Thế nhưng nếu vào thời điểm xảy ra sự tiếp xúc giác cảm và nếu đấy sẽ chỉ là một sự tiếp xúc đơn thuần, hoàn toàn không có bất cứ gì khác xảy ra thêm sau đó, thì "cái tôi" và cái "của tôi" cũng sẽ không có. Do đó căn bệnh tâm linh cũng sẽ không thể phát sinh ra được và tất nhiên cũng sẽ không có dukkha.

Thời điểm xảy ra sự tiếp xúc giác cảm

Sau đây là phương pháp tu tập thứ hai. Đối với phần đông mọi người thì quả hết sức khó cho họ ngăn chận không cho sự tiếp xúc làm phát sinh ra một thứ cảm tính nào đó (sờ vào một tấm lụa thì mình cảm thấy thích thú, một con chuột bị đuổi hoảng hốt chạy bừa lên chân mình để thoát thân thì mình kêu thét lên vì sợ hãi. Hai giác cảm đó khá gần nhau: sự mịn màng của tấm lụa và lông của con chuột, thế nhưng hai cảm tính phát sinh - hay là hai cách diễn đạt của tâm thức - thì trái ngược nhau: toại nguyện và bất toại nguyện). Ngay vào lúc xảy ra sự tiếp xúc giác cảm thì tức khắc một cảm tính toại nguyện (thích thú) hay bất toại nguyện (khó chịu) cũng sẽ theo đó mà xảy ra. Quá trình vận hành và lôi kéo ấy không thể dừng lại được ở cấp bậc tiếp xúc, bởi vì tâm thức (của những người ấy) không hề được luyện tập về Dhamma. Tuy nhiên vẫn có cách để giúp họ vượt thoát khỏi dukkha mà họ không thể tránh né được: tức là mỗi khi có sự tiếp xúc giác cảm xảy ra thì dù cho một cảm tính về sự toại nguyện hay bất toại nguyện có theo đó mà hiện ra đi nữa thì vẫn còn đủ thì giờ để chận đứng chúng, đấy là cách xem một giác cảm chỉ là một giác cảm, một cảm tính là một cảm tính, và cứ để cho chúng tự trôi qua như thế. Không nên để cho chúng biến thành sự thèm muốn, thí dụ như ước mong có được cái này hoặc là tìm cách loại bỏ cái kia, tùy theo sự tiếp xúc sẽ làm phát sinh ra sự toại nguyện hay bất toại nguyện. Bởi vì nếu có sự toại nguyện thì tất nhiên cũng sẽ có sự thèm muốn, vừa ý, ham thích, chiếm hữu, ganh tị, v.v... Ngược lại nếu đấy là sự bất toại nguyện thì tất sẽ sinh ra sự mong cầu loại bỏ được những gì mà mình không thích, chẳng hạn như tìm cách gây sự, phá phách, sát sinh, v.v.... Nếu các thể loại xúc cảm đó xâm chiếm tâm thức thì cũng có nghĩa là các giác cảm đã chuyển thành sự thèm khát. Rơi vào hoàn cảnh đó thì quả thật không còn cách nào tránh khỏi bị nhiễm căn bệnh tâm linh và gánh chịu dukkha, và không còn ai có thể giúp mình được nữa. Dù cho tất cả các vị thần linh có họp nhau lại thì cũng đành bó tay. Đức Phật cũng đã từng thú nhận rằng chính Ngài cũng không thể làm gì được khi sự thể đã xảy ra như thế. Đức Phật không có một quyền năng nào để có thể biến đổi được các quy luật thiên nhiên. Ngài chỉ đơn giản là người đã khám phá ra các quy luật ấy và nêu lên hầu giúp cho những ai biết dựa vào đấy để biến cải lấy chính mình. Tất cả đều do nơi mình, nếu tu tập không đúng đắn thì khó tránh khỏi dukkha, và trái lại nếu tu tập đúng đắn thì sẽ không có dukkha. Do đó, khi nào sự cảm nhận đã chuyển sang giai đoạn thèm muốn thì khi ấy cũng sẽ không còn có ai có thể cứu giúp mình được nữa. Ngay vào lúc mà sự thèm muốn hay ghét bỏ bắt đầu hiện ra thì mọi sự đã muộn, không còn cách nào khác để tránh khỏi dukkha. (khi con chuột chạy ngang chân mình và lông của nó chạm vào da thịt mình thật êm cũng chẳng khác gì như chạm vào một tấm vải lụa, thế nhưng nếu đã thét lên thì sẽ không còn ai có thể ngăn chận dukkha được nữa: mặt sẽ xanh mét, tay chân run rẩy, tim đập mạnh và hơi thở hổn hển... Sự tiếp xúc đã chuyển thành sự ghê tởm và sợ hãi. Sờ vào tấm lụa và cảm thấy sự mịn màng, êm mát của tấm lụa là một cảm nhận thích thú, thế nhưng sự toại nguyện đó cũng sẽ biểu trưng cho một thứ dukkha thật tinh tế, sâu sắc, tiềm ẩn, rất khó nhận biết vì mang tính cách lừa phỉnh và đam mê, và nhất là... báo hiệu một sự "nguy hiểm" to lớn hơn nhiều đang chờ đợi mình so với trường hợp một con chuột chạy bừa lên chân mình).

Hãy tìm cách xác định xem ai đang ẩn náu phía sau sự thèm muốn đang phát sinh trong đầu mình, có phải đấy là "cái tôi" đang làm chủ thể để phát động cái cảm tính ấy hay không, có phải là "cái tôi" đang thèm muốn được có cái này hay cái nọ, muốn thực hiện mọi thứ theo cách này hay theo cách kia, muốn hành động như thế này và phải đạt được kết quả như thế kia hay không? Cái chủ thể đứng ra để thèm muốn ấy chính là "cái tôi". Vì thèm muốn các sự vật nên "cái tôi" ấy bám víu vào chúng và khẳng định bằng mọi cách rằng tất cả những thứ ấy đều là "của nó", chẳng hạn như địa vị xã hội "của tôi", nhà cửa "của tôi", sự an toàn "của tôi", sự vinh quang "của tôi".

Cảm tính về "cái tôi" và cái "của tôi" được xem là sự bám víu, nó sinh ra từ sự thèm muốn và thuộc vào sự chuyển động chung của chuỗi tiếp nối liên tục giữa nguyên nhân và hậu quả. Nếu bánh xe của sự xoay vần và tiếp nối đó chuyển sang cấp bậc bám víu thì tức có nghĩa là đám "vi khuẩn" đã chui vào mắt, tai, mũi, lưỡi và thân xác. Chúng sinh sôi nẩy nở, lan tràn và làm phát hiện ra các triệu chứng của căn bệnh, và đấy cũng chính là tình trạng khi sự bám víu chuyển sang sự hình thành - có nghĩa là sự bám víu trở thành nguyên nhân để đưa đến sự hình thành. Sự "hình thành" (bhava) có nghĩa là "chiếm hữu và trở thành như thế" (avoir et être / having and being). Vậy thì chiếm hữu cái gì và trở thành cái gì? Đấy là chiếm hữu "cái tôi" và trở thành cái "của tôi". Khi đã nói đến sự "hình thành" thì cũng có nghĩa là căn bệnh về "cái tôi" và cái "của tôi" đã phát triển thật đầy đủ (để đưa đến sự sinh).

Tu tập là phải chận đứng ngay tức khắc quá trình lôi kéo ấy đúng vào thời điểm mà sự tiếp xúc sắp chuyển sang thể dạng cảm-nhận/cảm-tính (tức là trước khi phát sinh ra cảm tính toại nguyện hay bất toại nguyện), hoặc nếu trong trường hợp không thể chận đứng được quá trình ấy đúng vào thời điểm trên đây (tức là thời điểm chuyển tiếp giữa cảm-nhận và cảm-tính, và nếu "cảm-nhận" đã lỡ trở thành "cảm-tính" mang tính cách toại nguyện hay bất toại nguyện thì cũng phải cố gắng không cho nó chuyển thành sự bám víu) thì phải ngăn chận ngay không cho cảm tính trở thành sự thèm muốn, nếu không thì sẽ quá trễ. Dhamma phải được mang ra sử dụng (như là một phương thuốc) đúng vào thời điểm ấy: có nghĩa là đúng vào thời điểm khi mắt tiếp xúc với hình tướng, tai tiếp xúc với âm thanh, lưỡi tiếp xúc với vị, v.v... Phải chuyên cần luyện tập (Dhamma) nhằm giúp mình tuyệt đối không còn bám víu vào bất cứ thứ gì nữa. Đối với hầu hết mọi người, mỗi khi có sự tiếp xúc giác cảm xảy ra thì tức khắc cảm tính xuất hiện, và tiếp tục sau đó cũng sẽ xuất hiện sự thèm muốn, bám víu, hình thành và sau hết là sự sinh tạo ra "cái tôi". Chúng ta vẫn quen bước theo con đường diễn tiến ấy, vì thế nó cũng đã trở thành một con đường rất quen thuộc, thật dễ đi tương tự như trượt xuống một triền dốc trơn trợt. Tuy dễ đi thế nhưng không được bước theo con đường đó! Mỗi khi sự tiếp xúc giác cảm xảy ra thì tức khắc phải đổi hướng ngay và chọn cho mình con đường của sự nhận định minh bạch, tức con đường của sự chú tâm và tỉnh thức. Không nên để bị trượt theo triền dốc của "cái tôi" và cái "của tôi", hoặc trong trường hợp nếu đã lỡ đi theo con đường đó và đã bước vào giai đoạn mà cảm tính đã phát sinh thì vẫn còn đủ thì giờ để chuyển hướng và để bước theo con đường của sự nhận định minh bạch. Không nên cứ để bị trượt theo triền dốc của "cái tôi" và cái "của tôi", đấy chính là cách giúp mình tránh khỏi khổ đau. Nếu luyện tập theo phương pháp đó thật đúng đắn và hoàn hảo thì chúng ta cũng sẽ đạt được thể dạng A-la-hán.

Đức Phật có giảng cho một đệ tử tên là Bahiya về một nguyên tắc thật đơn giản như sau (kinh Bahiya Sutta, Udana 1.10, PTS Udana 6):

"Này Bahiya,
Khi nhìn thấy một hình tướng, thì đấy chỉ là cách trông thấy.
Khi nghe thấy một âm thanh, thì đấy chỉ là cách nghe thấy.
Khi ngửi thấy một mùi, thì đấy chỉ là cách ngửi thấy.
Khi nếm thấy một vị, thì đấy chỉ là cách nếm thấy.
Khi xảy ra một sự cảm nhận trên thân xác, thì đấy cũng chỉ là một sự cảm nhận.
Và mỗi khi có một tư duy hiện ra, thì đấy cũng chỉ là một hiện tượng tự nhiên hiện ra trong tâm thức.
Đấy là cách không có cái ngã.
Khi nào không có cái ngã thì khi đó cũng sẽ không có một sự chuyển động nào tại nơi này hay tại nơi kia (không phóng tưởng vào một thứ gì cả và

cũng không diễn đạt gì cả),

và cũng không hề có sự dừng lại ở bất cứ một nơi nào (không bám víu vào cái này hay cái kia và cũng không trở thành một thứ gì cả).

Đấy là sự chấm dứt của dukkha (khổ đau). Đấy là nibbâna (niết-bàn).

(điểm tuyệt vời nhất trong câu thuyết giảng trên đây là "không có một sự chuyển động nào" cũng "không có một sự dừng lại ở bất cứ nơi nào". "Không chuyển động" thế nhưng cũng "không dừng lại" thì đúng là một thể dạng mang hai sắc thái tương khắc nhau - không "chuyển động" cũng không "dừng lại" - , chúng tự hóa giải lẫn nhau để tạo ra một sự "trống không" tuyệt đối, một sự "trống không" không thể mô tả được bằng bất cứ phương tiện nào, cũng không thể dùng trí thông minh thông thường để hình dung ra được, bởi vì không có một thể dạng nào theo sự hiểu biết quy ước lại có thể vừa "không chuyển động" lại vừa "lưu chuyển và không dừng lại". Cái thể dạng "trống không" đó chỉ có thể "cảm nhận" trực tiếp bằng trực giác mà thôi. Khi đã cảm nhận được cái "trống không" ấy thì nó cũng có thể làm chấn động và nổ tung cả thân xác và tâm thức của chính mình và "cái tôi" và cái "của tôi" sẽ không còn tìm thấy một cơ sở nào để nương tựa nữa. Khi đi tới sẽ có một "cái tôi", khi dừng lại cũng sẽ có một "cái tôi", "không đi tới" mà cũng "không dừng lại" thì "cái tôi" sẽ phải chịu thua, không làm gì được, tức là nó đành phải tự biến mất mà thôi. Tuyệt vời thay một lời thuyết giảng thật đơn sơ và ngắn gọn của Đức Phật)

Mỗi khi xảy ra như thế thì đấy là niết-bàn. Nếu thể dạng ấy kéo dài thì niết-bàn cũng sẽ kéo dài. Nếu thể dạng ấy chỉ có tính cách giai đoạn thì niết-bàn cũng sẽ chỉ là giai đoạn. Nói một cách khác thì cả hai thứ (niết bàn và thể dạng "không chuyển động tại nơi này hay nơi kia" và cũng "không dừng lại ở một nơi nào cả") đều thuộc vào một nguyên lý chung và duy nhất.

Dù là quý vị luyện tập theo cách nào (một trong hai cách đã mô tả trên đây: dừng lại trước khi cảm tính phát sinh hoặc sau khi cảm tính đã phát sinh nhưng sự thèm muốn và bám víu chưa hiện ra) thì tất cả cũng sẽ đều mang lại sự bình thản (không thèm muốn, ghét bỏ, bám víu...) mỗi khi quý vị phải tiếp xúc với các đối tượng của giác cảm, hay là sự biến mất của chúng. Nếu quý vị luyện tập một cách đúng đắn và không tìm cách tự lừa dối mình (phải thành thật và lương thiện với những cảm tính của chính mình) và dù đấy là phương pháp suy tư nào (một trong hai phương pháp trên đây) thì cũng sẽ đều mang lại cùng một kết quả là: quý vị không còn phó mặc cho các thứ giác cảm tha hồ tung hoành và làm phát sinh ra các cảm tính về "cái tôi" và cái "của tôi" nữa. Khi đã thực hiện được kết quả đó thì việc loại bỏ các chướng ngại (cảm tính về "cái tôi" và cái "của tôi") làm cho tâm thức bị u mê không còn phải là chuyện quá khó, bởi vì khi đã luyện tập đúng thì các chướng ngại ("cái tôi" và cái "của tôi") cũng sẽ tự động biến mất.

Hãy đưa ra một thí dụ thật đơn giản như sau, nếu chúng ta nuôi một con mèo trong nhà để ngăn ngừa không cho lũ chuột kéo vào quấy phá thì chúng ta cũng chỉ cần chăm sóc cho con mèo, không cần phải đuổi chuột. Con mèo đảm nhận công việc của nó và sẽ không có một con chuột nào dám bén mảng chui vào nhà. Nhờ có con mèo nên những gì không muốn cũng sẽ không xảy ra. Cũng thế, chúng ta chỉ cần canh chừng cẩn thận: mắt, tai, mũi, lưỡi, thân xác và tâm thần thật đúng đắn thì các thứ chướng ngại ngăn chận sự Giác Ngộ cũng sẽ bị loại bỏ một cách tự nhiên.

Nên hành xử đúng đắn trong thế giới

Lời khuyên này có vẻ như là một câu nói rập khuôn theo các công thức sẵn có. Đấy cũng chẳng khác gì như khi Đức Phật nêu lên: "Nếu biết cư xử đúng đắn thì thế giới cũng sẽ chẳng thiếu gì những vị A-la-hán". Thế nhưng chúng ta phải nắm bắt được tất cả sự tế nhị ẩn chứa trong câu nói đó: "Chỉ cần biết sống như thế nào cho thật đúng đắn và hợp lẽ - như thế cũng thừa đủ và chẳng cần phải làm gì thêm - và rồi thế giới cũng sẽ không hiếm những vị A-la-hán". Thật thế lời khuyên ấy nào có phải là một điều hời hợt. Trong những giây phút trước khi tịch diệt Đức Phật đã từng nói với các đệ tử của Ngài như sau: "Im ce bhikkhave bhikkhu samma vihareyyum asunno loko arahantehi assa", có nghĩa là "Này các tỳ kheo, nếu biết sống một cách đúng đắn thì thế giới này sẽ không hiếm những vị A-la-hán", samma vihareyyum có nghĩa là "sống một cách đúng đắn" (cũng xin ghi chú thêm là theo các học giả Tây Phương thì Đức Phật nói bằng thổ ngữ của xứ Ma-kiệt-đà - Magadha, gần với tiếng Phạn và tiếng Pa-li, dù sao thì cũng không hoàn toàn giống với tiếng Pa-li như được ghi chép ngày nay. Tuy nhiên cũng có thể hiểu là Đức Phật có thể thuyết giảng bằng nhiều thứ thổ ngữ trong thung lũng sông Hằng gọi chung là các ngôn ngữ prâkrit). Vậy làm thế nào để sống một cách đúng đắn để thế giới sẽ không còn hiếm những vị A-la-hán? Sống "đúng đắn" là sống mà không để cho các thứ hình tướng, âm thanh, mùi, vị và sự đụng chạm trên thân xác có thể gây ra bất cứ một tác động nào ảnh hưởng đến mình (xin đừng hiểu đấy là một sự vô cảm, mà đúng hơn là một sự cảm nhận bình thường, có nghĩa là không để cho những cảm nhận ấy biến thành những cảm tính đưa đến sự thèm muốn và bám víu). Nói cách khác là dù cho các giác quan có nhận biết được các thứ ấy đi nữa thế nhưng sự nhận biết ấy không ăn sâu vào con người chúng ta để tạo ra những thứ xúc cảm chẳng hạn như thèm muốn hay bám víu. Tóm lại là chúng ta biết sống một cách khôn khéo, biết phát động một khả năng chú tâm khả dĩ có thể giúp nhận thức được bản chất của mọi sự vật để ý thức rằng chúng ta hoàn toàn trống không về "cái tôi" và cái "của tôi", như đã được trình bày trên đây. Sở dĩ chúng ta đạt được khả năng đó là nhờ vào sự suy tư và tìm hiểu về bản chất các sự vật và sự luyện tập của chính mình. Nhờ vào khả năng đó, mỗi khi có một sự tiếp xúc giác cảm xảy ra thì đối tượng của giác cảm ấy cũng sẽ chết ngay sau đó, tương tự như một làn sóng đập vào bờ, hoặc tương tự như có nuôi một con mèo trong nhà để đuổi lũ chuột ra ngoài.

Nếu chúng ta sống một cách "đúng đắn" - tức giữ đúng theo nguyên tắc không bám víu - thì hình tướng, âm thanh, mùi, vị và những cảm giác trên thân thể không thể nào gây ra tác hại cho chúng ta được. Chúng ta cảm biết được những thứ ấy, ý thức được những thứ ấy, thế nhưng đồng thời chúng ta cũng phát huy được một sự chú tâm thích đáng, khả dĩ có thể giúp quán thấy được bản chất đích thật của chúng. Khi đã đạt được khả năng đó thì chúng ta cũng sẽ chủ động được việc sử dụng mọi vật thể: chúng ta có thể ăn chúng, chiếm đoạt chúng, cất giữ chúng mà không gây ra một khổ đau nào cho mình, bởi vì chúng ta xem chúng như là không hề hiện hữu. Dù sao thì chúng ta cũng có thể không màng đến việc sử dụng chúng, không ăn chúng, không chiếm giữ chúng, bởi vì chúng ta ý thức được rằng chúng không phải là "chúng ta" và cũng chẳng phải là "của chúng ta".

Trái lại nếu tất cả mọi thứ được thực thi xuyên qua "cái tôi" và cái "của tôi" thì theo đó dukkha cũng sẽ hiện ra. Thật thế, ngay trước khi ăn hay trước khi chiếm hữu một cái gì đó thì sự bất toại nguyện cũng đã hiện ra rồi, và trong lúc đang ăn hay đang chiếm hữu thì mọi sự sẽ còn trở nên tệ hại hơn nhiều. Tất cả đều là dukkha, và đấy cũng có nghĩa "sống không đúng đắn" và hậu quả là chúng ta luôn bị dukkha bủa vây và tác hại.

Khi nào chúng ta biết sống một cách "đúng đắn" thì căn bệnh không thể phát ra được. Vậy chúng ta thử nêu lên một hình ảnh khác làm thí dụ để giải thích thêm về vấn đề này. Chúng ta đều hiểu rằng nếu biết sống đúng đắn thì những thứ ô nhiễm tâm thần - chẳng hạn như sự thèm muốn, ghét bỏ và u mê - sẽ không được "nuôi dưỡng" (dung dưỡng, chăm sóc) do đó chúng cũng sẽ trở nên èo uột và tan biến mất. Chúng ta có thể so sánh sự kiện ấy với hình ảnh của một con cọp đang nổi giận vì bị nhốt trong chuồng và không ai cho ăn: trong trường hợp đó không cần phải giết nó bởi vì tự nhiên nó cũng phải chết. Chúng ta giam giữ hình tướng, âm thanh, mùi, vị, các giác cảm trên thân thể và các hiện tượng trong tâm thần ngay vào lúc chúng tiếp xúc với mắt, tai, mũi, lưỡi, thân xác và tâm thức của chúng ta. Chúng ta nhốt chúng vào chuồng ngay tức khắc. Nếu thực hiện đúng cách và thật quyết liệt thì đấy sẽ là cách "bỏ đói" những thứ ô nhiễm tâm thần. Chúng sẽ không sinh sôi và lan tràn ra được nữa, có nghĩa là các con vi khuẩn ấy sẽ chết.

Đức Phật bảo rằng nếu chúng ta biết sống một cách "đúng đắn" và chính trực thì địa cầu cũng sẽ không thiếu những vị A-la-hán. Đấy là cách mà Ngài khuyên chúng ta nên sống thích nghi với quy luật paticcasamuppâda (quy luật tương liên hay lý duyên khởi). Đấy là một cách sống đúng đắn không để cho các thứ ô nhiễm tâm thần có cơ may xuất hiện. Chúng ta quán thấy một cách minh bạch là "cái tôi" và cái "của tôi" chỉ là những thứ ảo giác, bởi vì chúng chỉ có thể hiển hiện nhờ vào sự tiếp xúc giác cảm làm phát sinh ra một sự cảm nhận và một cảm tính, những thứ này lại tiếp tục được phát động để biến thành sự thèm muốn và bám víu. Nếu chúng ta có thể chận đứng được sự phát hiện của sự thèm muốn, thì cũng sẽ không có sự bám víu vào "cái tôi" hay cái "của tôi". Quý vị phải thấu triệt được một cách minh bạch rằng "cái tôi" và cái "của tôi" chỉ là những sự tạo dựng đơn thuần, chúng hoàn toàn không thực. Đấy chỉ là những ảo giác, tương tự như một gợn sóng do một cơn gió tạo ra: nước đúng là thật, thế nhưng gợn sóng chỉ là một ảo giác. Sự so sánh trên đây không được hoàn toàn chính xác thế nhưng cũng có thể giúp để hình dung ra khía cạnh ảo giác của gợn sóng do cơn gió "tạo dựng" ra khi nó thổi trên mặt nước. Đấy chỉ là một sự chuyển động của nước do gió "khơi động" và nó sẽ biến mất đi sau đó. Cảm tính về "cái tôi" và cái "của tôi" hiện ra thường xuyên suốt trong ngày, tương tự như những gợn sóng. Nước có thể ví như đối tượng của giác cảm tiếp xúc với ngọn gió là sự u mê (vô minh) khiến tạo ra những gợn sóng của "cái tôi" và cái "của tôi" suốt trong sự sinh hoạt hằng ngày.

Tìm hiểu sự sinh ra "cái tôi"

Mỗi sự hiển hiện của cảm tính về "cái tôi" và cái

"của tôi" đều được xem là một "sự sinh" (xin mạn phép nhắc lại là Buddhadasa chủ trương "thu gọn" hay "đơn giản" bớt chu kỳ tái sinh tức "chu kỳ luân hồi" bằng cách chỉ mô tả những biến chuyển của tâm thức trong thực tại). Theo ý nghĩa mà Đức Phật muốn nói, thì chữ sinh không hề có nghĩa là sự sinh ra đời của một hài nhi từ tử cung của một người mẹ - đấy chỉ là những gì quá ư vật chất! Sự sinh mà Đức Phật đề cập thuộc vào lãnh vực tâm linh: đấy là sự sinh của "cái tôi" và cái "của tôi" tạo ra bởi sự xuất hiện của sự bám víu. Nếu nhìn theo một khía cạnh khác thì sẽ thấy rằng có hàng trăm sự sinh nối tiếp nhau xảy ra, con số này tùy thuộc vào khả năng chủ động của từng người. Dù sao trong mỗi sự sinh thì "cái tôi" và cái "của tôi" cũng sẽ xuất hiện, sau đó sẽ mờ nhạt đi, từ từ tan biến và sau cùng sẽ chết hẳn. Một sự tiếp xúc giác cảm khác phát sinh thật nhanh sau đó để báo hiệu một "sự sinh" khác. Mỗi sự sinh đều tạo ra một tác động ảnh hưởng đến sự sinh xảy ra tiếp theo sau. Đấy là gì mà người ta gọi là kamma (nghiệp): nó lưu lại từ một kiếp sống trước và chín muồi trong sự sinh hiện tại để rồi tiếp tục lưu truyền xa hơn nữa. Đấy là tóm lược những gì xảy ra cho mỗi sự sinh. Và đấy cũng là cách hiểu về "quả của kamma" và sự "tiếp nhận quả của kamma". Sự diễn đạt đó hoàn toàn phù hợp với lời giảng huấn của Đức Phật. Nếu không hiểu đúng như thế thì chúng ta sẽ lọt ra ngoài chủ đề. Đấy chính là cách mà chúng ta phải hiểu về "sự sinh", kamma và quả của kamma. Hãy đưa ra một thí dụ, người ta có thể sinh ra dưới thể dạng của một cá thể nào đó và cá thể này thèm muốn chiếm hữu một vật thể thích thú, cá thể này chết và sau đó thì tái sinh thành một tên trộm, tên trộm tìm cách để chiếm hữu vật thể ấy, sau đấy cá thể này lại chết đi và lại tái sinh thành một cá thể khác nữa để thụ hưởng sự thích thú khi có được vật thể đó. Một thời gian sau, cá thể này lại tái sinh thành một tên phạm pháp và bị giam giữ. Các thể loại tái sinh đó rất đa dạng và hỗn độn bởi vì có quá nhiều mối dây kết nối chằng chịt với nhau. Thế nhưng nếu phân tích thật kỹ thì quý vị cũng sẽ nhận thấy đúng vào thời điểm mà người ta không còn "sinh ra" ("cái tôi" không phát hiện) thì nibbâna (niết-bàn) cũng sẽ hiện hữu. Niết-bàn không sinh, không già, không bệnh và không chết. Thế nhưng khi nào vẫn còn "sự sinh", vẫn còn cảm tính về "cái tôi" và cái "của tôi", thì bánh xe của sự sống và cái chết vẫn tiếp tục quay đều để kéo theo với nó dukkha.

Cũng xin lưu ý là sự vắng bóng của "cái tôi" và cái "của tôi" không phải là sự trống không với ý nghĩa là không còn cảm biết bất cứ một thứ gì nữa. Người ta không ngồi xuống để hóa thành một pho tượng hay một khúc củi, mà đúng hơn là để mang lại cho mình một sự linh hoạt tột đỉnh. Đạt được thể dạng hoàn toàn trống không về "sự sinh", về "cái tôi" là cách giúp mình phát động sự tỉnh giác, và nhờ đó tất cả những gì mình làm sẽ được suôn sẻ và trôi chảy một cách tự nhiên. Nhờ không phạm vào các tư duy sai lầm, các ngôn từ không chính đáng, các hành động tồi tệ, nên chúng ta cũng sẽ hoàn tất được mọi việc thật nhanh chóng và đầy tự tin. Chúng ta cũng sẽ không phạm vào sai lầm bởi vì sự tỉnh thức và quán thấy trong sáng sẽ tự động phát hiện và vận hành một cách tự nhiên. Thể dạng tâm thức đó gọi là thể dạng "trống không về cái tôi". Bất cứ ai đạt được thể dạng trống không ấy của "cái tôi" tức là thể dạng của niết-bàn, thì cũng sẽ thực hiện được tất cả mọi thứ và không sợ bị sai lầm. Người ấy sẽ hoàn tất được nhiều việc một cách thật linh hoạt và lợi ích.

Không nên tin rằng khi quý vị loại bỏ được "cái tôi" thì quý vị không còn làm được gì nữa, phải ngưng tất cả và trở nên hoàn toàn mê man, đờ đẫn và vô cảm. Đấy chỉ là ý nghĩ nảy sinh ra trong đầu của quý vị đấy thôi! Chính cái vô minh của quý vị đã khiến cho quý vị cảm thấy sợ hãi sự trống không, sợ hãi nibbâna, sợ hãi sự chấm dứt của thèm muốn vì nếu không còn biết thèm muốn là gì thì sẽ khiến cho quý vị buồn chán.

Sự chấm dứt của thèm muốn là một lạc thú tối thượng, là một niềm phúc hạnh lớn nhất trong số tất cả các niềm phúc hạnh. Đấy chính là lạc thú đích thật, là phúc hạnh đích thật. Đấy là sự chấm dứt của đớn đau, của sự dối trá và ảo giác. Lạc thú của những người bình thường, thiếu giác ngộ, chỉ là những thứ lạc thú phù du, lừa phỉnh và nhất thiết chỉ mang đến khổ đau. Đấy cũng chẳng khác gì miếng mồi móc vào một lưỡi câu: khi đã nuốt miếng mồi mà mình thèm muốn thì chiếc lưỡi câu cũng sẽ móc vào cổ họng. Đấy cũng chẳng khác gì như rơi vào bàn tay của quỷ sứ, có nghĩa là rơi vào một tình trạng lầm lẫn và hoang mang thường xuyên. Đấy là tình trạng bị cột vào bánh xe của sự sinh và cái chết đang quay tròn trong cơn lốc của dukkha, và nếu đã rơi vào cái bẫy ấy thì khó lòng mà ra thoát được. Vì thế sự quán thấy nhờ cách tu tập dựa vào quy luật paticcasamuppâda - tức là bánh xe của chuỗi dài trói buộc (sự tương liên giữa mọi hiện tượng) - sẽ giúp nhận thức được là "cái tôi" và cái "của tôi" chỉ là ảo giác, và đấy chính là con đường Giải Thoát.

Anicca, Dukkha và Anatta là gì ?

Ngoài các phương pháp trên đây ra còn có thêm một phương pháp khác nữa, đấy là cách suy tư về anicca, dukka, và anattā (vô thường, khổ đau và vô ngã) để quán thấy là các đối tượng của giác cảm - hình tướng, âm thanh, mùi, vị, các vật thể sờ mó được và các hiện tượng tâm thần - cũng chỉ là ảo giác. Không nên xem nhẹ cách suy tư này. Không phải đấy là chuyện dành riêng cho những người lớn tuổi hoặc chỉ để an ủi những người hấp hối. Đấy là những lời giảng huấn dành cho những người đang sống như chúng ta nên mang ra để tìm hiểu và ứng dụng vào sự sinh hoạt hằng ngày của mình. Nếu hội đủ khả năng vận dụng sự hiểu biết về anicca, dukkha và anattā để hướng dẫn sự sinh hoạt của mình hằng ngày thì chúng ta cũng sẽ tạo được cho mình một kháng thể cực mạnh khiến cho những thứ như hình tướng, âm thanh, mùi, vị, v.v... không cách nào có thể biến thành nọc độc được. Nhờ đó chúng ta sẽ tìm thấy sự an toàn (tiếng Pa-li là khema / security). Quả là một điều khá lý thú khi nhận thấy Đức Phật không hề sử dụng chữ "hạnh phúc" khi thuyết giảng, chẳng qua vì chữ này rất dễ gây ra hiểu lầm. Thay thế chữ "hạnh phúc" bằng chữ "an toàn" (khema) thì có lẽ thích hợp hơn, vì chữ này có nghĩa là "tự do và an bình" và cũng có thể hiểu như là "loại bỏ được các thứ nọc độc tâm thần", tức là những gì khiến cho tâm thức phải bấn loạn. Loại bỏ được mọi sự bấn loạn là cách giúp mình tìm thấy sự trống không hay là niết-bàn. Nếu quý vị muốn tìm thấy sự an toàn và được che chở, thì quý vị phải biết áp dụng sự hiểu biết sâu xa của mình về vô thường, khổ đau và vô ngã. Sự áp dụng đó sẽ tạo ra cho quý vị sức đề kháng chống lại tác động gây ra bởi các thứ hình tướng, âm thanh, mùi, vị và các cảm nhận trên thân xác, giúp quý vị không rơi vào sự thèm muốn hay ghét bỏ. Thật ra cũng chỉ có hai thể loại bấn loạn: rơi vào tình trạng thèm muốn hay rơi vào tình trạng ghét bỏ. Hai thể loại bấn loạn ấy là hai nguyên nhân tạo ra tiếng cười hay tiếng khóc. Khi nào hiểu rằng cười chỉ là một thể dạng tức thở và phải thở hắt ra, và khóc thì cũng chỉ là một phản ứng khác của sự nghẹn thở (khiến cho mình phải nấc lên và chảy nước mắt), thì khi đó chúng ta cũng sẽ hiểu rằng cách tốt nhất là tìm cách mang lại cho mình sự bình lặng và thanh thản, và đấy cũng là sự "an toàn". Và như thế sẽ không còn bị chi phối bởi các đối tượng của giác cảm nữa, hay nói cách khác là không còn bị nô lệ cho tiếng cười hay tiếng khóc (cười hay khóc cũng chỉ là những hình thức bấn loạn gây ra bởi những cảm nhận giác cảm: một người mất trí có thể cười hăng hắc một mình, một người sung sướng có thể ràn rụa nước mắt. Cười cũng như khóc đều có thể biểu trưng cho một trong hai thể dạng: hoặc là hạnh phúc hoặc là khổ đau. Do đó chữ "hạnh phúc" dễ gây ra hiểu lầm, chữ "an toàn" có vẻ thích nghi hơn, bởi vì chữ "hạnh phúc" đôi khi cũng đồng nghĩa với chữ "khổ đau". Tìm kiếm hạnh phúc cũng là một hình thức dukkha). Tìm thấy sự thư giãn, thanh thản và an toàn bao giờ cũng tốt hơn. Đấy là cách biết nhìn vào anicca, dukkha và anattâ (vô thường, khổ đau và vô ngã) để hướng dẫn cuộc sống thường nhật của mình. Không phải là quá khó để nhận biết được các đối tượng của giác cảm đều là ảo giác. Đấy cũng chẳng khác gì như trường hợp khi phải nhận biết "cái tôi" và cái "của tôi" là ảo giác, bởi vì "cái tôi" và cái "của tôi" cũng chỉ là những thứ phát sinh từ các đối tượng của giác cảm. Sở dĩ chúng ta nhận biết được chúng là ảo giác, ấy là nhờ vào sự quán thấy sâu xa về vô thường, khổ đau và vô ngã. Đấy là phương pháp giúp tránh khỏi căn bệnh dukkha.

Xem sự thích thú như một ảo giác

Đến đây chúng ta hãy đề cập đến khái niệm về

sukhavedana (chữ này có nghĩa là sự "thích thú và toại nguyện" - kinh sách tiếng Việt gọi là "lạc thọ". Tuy nhiên với mục đích tránh bớt các thuật ngữ Pali thường được dùng thẳng trong nguyên bản và đồng thời làm "nhẹ" bớt các câu chuyển ngữ, nên chữ sukhavedana sẽ được dịch một cách ngắn gọn là "thích thú" trong phần dưới đây). Thích thú chỉ là ảo giác, chẳng khác gì như những gợn sóng nổi lên bất thường và tự chúng không hàm chứa một thực thể nào cả. Tôi xin quý vị hãy ghi nhớ điều này: bất cứ một sự vật nào, dù thuộc vào một bối cảnh nào, cũng đều được đánh giá căn cứ vào tổng lượng thích thú do nó tạo ra. Quý vị cũng nên chịu khó suy nghĩ một tí: tại sao quý vị lại thích được học hỏi? Tạo sao quý vị lại thích làm các công việc mà quý vị ao ước? Tại sao quý vị lại thích tích lũy tiền bạc, tìm kiếm một địa vị xã hội, mong cầu đạt được danh vọng hay là có thêm nhiều môn đệ? Bởi vì các thứ ấy sẽ tạo ra sự thích thú cho quý vị, đơn giản chỉ có thế. Nếu hiểu được điều ấy - và thật ra thì cũng chỉ cần có thế - thì cũng đã thừa đủ để giúp quý vị giải quyết được các vấn đề trên đây một cách đúng đắn, và mọi sự nhờ đó cũng sẽ xảy ra một cách thỏa đáng. Vậy phải hiểu được điều gì? Phải hiểu được là quá trình diễn tiến của việc tìm kiếm sự thích thú đúng thật với bản chất của nó cũng chỉ là một hình thức ảo giác mà thôi.

Chúng ta phải nhìn vào sự tìm kiếm thích thú qua bản chất ảo giác của nó. Quả không có gì lại có thể khôi hài hơn khi phát động cảm tính thù ghét thích thú, hoặc ngược lại là bị mê hoặc và trở thành nô lệ cho nó. Ứng xử một cách thích đáng khi đối đầu với nó chính là cách thực hiện Dhamma (Đạo Pháp), và đấy cũng là thái độ hành xử của một người Phật tử. Cách hành xử đó sẽ giúp cho người Phật tử chận đứng được dukkha và sẽ không còn bị căn bệnh tâm linh hành hạ mình nữa. Biết suy tư về bản chất ảo giác của sự tìm kiếm thích thú sẽ giúp mình thực hiện được cách hành xử đó. Thích thú cũng chẳng khác gì như những gợn sóng nổi lên khi có gió thổi trên mặt nước. Nói cách khác là khi nào các thứ hình tướng, âm thanh, mùi, vị... thâm nhập vào một cá thể thì sự dại dột do vô minh xúi dục và sự ngu xuẩn do sự quán thấy sai lầm tạo ra sẽ tức khắc tìm cách để tiếp xúc với những thứ ấy. Từ sự tiếp xúc đó sẽ làm phát sinh ra gợn sóng của sự thích thú, và rồi các gợn sóng cũng sẽ đập vào bờ và tan rã. Nếu biết nhìn mọi sự theo cách đó thì chúng ta cũng sẽ giải quyết được mọi sự mà không hề cảm thấy khổ đau. Gia đình không dukkha, xóm giềng không dukkha, thế giới không dukkha, và chính chúng ta là cội nguồn làm phát sinh ra thể dạng không dukkha ấy. Nếu tất cả mọi người đều biết nhìn vào mọi sự vật như thế thì thế giới sẽ tìm thấy một sự an bình bền vững và một niềm phúc hạnh đích thật.

Những gì trình bày trên đây cho thấy có nhiều phương pháp trị bệnh có thể mang lại lợi ích cho mọi người: đấy là các cách phải làm thế nào để cho căn bệnh về "cái tôi" và cái "của tôi" không còn hành hạ mình nữa.

Kết luận

Vì thời gian có hạn, do đó thiết nghĩ ba thí dụ (ba phương pháp luyện tập) vừa được nêu lên trong buổi nói chuyện hôm nay cũng tạm đủ. Trước hết là phương pháp quán thấy tính cách ảo giác của khái niệm về "cái tôi" và cái "của tôi" bằng cách dựa vào quy luật paticcasamuppâda (quy luật tương liên - lý duyên khởi); sau đó đó là phương pháp quán thấy bản chất ảo giác của các đối tượng của giác cảm nhờ vào các khái niệm về anicca, dukkha và anatta (vô thường, khổ đau và vô ngã); sau cùng là phương pháp giúp quán thấy bản chất ảo giác của khái niệm về sukhavedana (sự "thích thú và toại nguyện" hay là "lạc thọ" trong kinh sách tiếng Việt). Nếu muốn các phương pháp này có thể giúp quý vị một cách hiệu quả thì quý vị phải nhìn thật sát vào mọi sự vật, phải chú tâm, cảnh giác và thật tỉnh thức khi các đối tượng của giác cảm tiếp xúc với mắt, tai, mũi, lưỡi, thân xác và tâm thức, đúng theo những gì mà Đức Phật đã chỉ dạy cho Bahiya. Đấy là cách phải xem cái thấy chỉ là một sự trông thấy, nghe chỉ là một sự nghe thấy..., và không được dựa vào đó để tạo ra một cảm tính nào khác, hoặc nếu một cảm tính đã lỡ sinh ra thì không được để cho nó biến thành sự thèm muốn. Đồng thời quý vị cũng phải chú tâm và nghĩ đến khái niệm về sự "trống không" và sự "bấn loạn".

Cũng có thể đây là lần đầu quý vị tham dự một buổi giảng nêu lên các chủ đề trên đây, và quý vị thì cũng sắp trở về nhà. Vì thế tôi cũng xin quý vị thử quan sát sự sinh hoạt trong cuộc sống của quý vị xem sao, một lúc nào đó quý vị sẽ chợt thấy trong cuộc sống thường nhật cũng có những lúc quý vị cảm thấy mình "trống không", đấy là những lúc mà quý vị không bị sự hoang mang và lầm lẫn chi phối, và sự trống không ấy luôn đi kèm với một sự tỉnh thức cao độ và một sự quán thấy trong sáng. Ngoài những lúc "trống không" ấy ra thì sự "bấn loạn" tức là cảm tính về "cái tôi" (qua những thể dạng như ganh tị, ham muốn, bực tức, vui sướng, giận dữ, ước mơ, mưu đồ, hân hoan, lo âu, yêu thương, nhớ nhung, sợ hãi, ăn nói huyên thiên, v.v...) thỉnh thoảng lại xuất hiện, và mỗi lần xuất hiện như thế thì gọi là một sự sinh ("cái tôi" hiện ra qua từng cảm tính như vừa kể và mỗi lần nó hiện ra thì đấy là một sự sinh, không cần phải có một đứa hài nhi lọt lòng mẹ thì mới gọi là sinh). Và cứ mỗi lần xảy ra sự sinh thì cũng theo đó mà khổ đau sẽ sinh ra (mỗi cảm tính như vừa kể trên đây - giận dữ, vui sướng, yêu thương, ghét bỏ, nhớ nhung... - là một biểu hiện của khổ đau và biểu trưng cho một sự sinh trong vô số sự sinh tiếp nối nhau trong cuộc sống của chính mình trong hiện tại). Tuy nhiên cũng có rất nhiều lúc không có sự sinh nào xảy ra cả và đấy là những lúc không có khổ đau (niết-bàn). Thế nhưng tiếc thay nào có mấy ai ý thức được điều ấy đâu, họ đang đi bên cạnh nibbāna (niết-bàn) mà không hề hay biết.

Mặc dù đấy chỉ là một thứ niết-bàn bé tí, một tiền vị thoang thoảng của niết-bàn, thế nhưng nó có cùng một bản chất với niết-bàn đích thật, chỉ khác là sự phát hiện của nó quá ngắn ngủi. Sở dĩ nó không thể kéo dài được đấy là vì chúng ta không biết cách tránh cho mình khỏi bị lây nhiễm, và khi đã vướng bệnh thì cũng không biết cách nào để chữa cho khỏi. Vì thế căn bệnh cứ thường xuyên hoành hành và làm cho nibbāna phải đứt đoạn.

Nếu một người có đủ trí thông minh để nhận biết được rằng tâm thức của mình từ bản chất chỉ là trống không, thì đấy cũng đã là niết-bàn, người ấy chỉ có một việc duy nhất cần phải làm là canh chừng không để cho bất cứ một thứ gì thâm nhập vào tâm thức mình. Đối với quý vị cũng thế, đừng để cho chúng thâm nhập! Tống khứ chúng ra ngoài! Nếu không để cho chúng thâm nhập vào nhà thì gian nhà của chúng ta lúc nào cũng sẽ trống không.

Muốn tống khứ những thứ ấy ra ngoài thì phải tu tập Dhamma theo đúng với những lời giảng dạy của Đức Phật. Việc tu tập ấy sẽ khơi động sức mạnh nội tâm và cảm ứng của mình kể cả lòng vững tin nơi Dhamma, tất cả sẽ giúp chúng ta biết chuyên cần hơn trong việc luyện tập, biết lắng sâu vào thiền định và luôn cảnh giác. Khi thực hiện được như thế thì mục đích cũng sẽ gần kề.

Nếu khởi sự bằng những bước sai lầm thì việc tu tập sẽ khó tránh khỏi khó khăn, khó hơn cả việc lăn một khối đá lên đỉnh núi. Thế nhưng nếu chúng ta biết quán nhìn vào mọi sự vật một cách đúng đắn thì mọi sự sẽ trở nên dễ dàng hơn, dễ hơn cả lăn một khối đá xuống chân núi.

Phải luôn giữ sự tỉnh thức, không được xao lãng, không đánh mất sự cảnh giác. Luôn chú tâm để quán thấy sự "trống không" (niết-bàn) và mọi thứ "bấn loạn" (sự sinh) thay nhau hiện ra trong cuộc sống thường nhật. Cố gắng giúp tâm thức mình tìm thấy sự hân hoan trong thể dạng "trống không", một thể dạng niết-bàn mở rộng và thường xuyên. Không được để cho tâm thức chạy theo những nhận định sai lầm nhằm tránh cho nó không rơi vào sự kiềm tỏa của những thứ có thể khiến cho nó bị bấn loạn.

Vần đề gay go nhất trong thời buổi ngày nay là chẳng còn mấy ai thật sự mong muốn làm cho dukkha phải chấm dứt. Người ta không còn đủ sức để ý thức được rằng sở dĩ mình được sinh ra ấy là cả một dịp may giúp mình tự giải thoát khỏi khổ đau. Con người có cảm tưởng như mình được sinh ra không vì một chủ đích nào cả, mà chỉ cần có một thứ gì đó làm cho mình hài lòng và mang lại sự vui thích cho mình là được. Chúng ta chỉ biết chạy theo những gì xảy ra chung quanh một cách mù quáng. Thế nhưng trong khi đó nếu muốn làm cho dukkha chấm dứt thì nào có phải là một chuyện quá khó và vượt quá tầm tay của mình đâu. Đấy cũng chẳng khác gì như thực thi các công việc hằng ngày hay hành nghề một cách bình thường. Thế nhưng chúng ta không hề ý thức được điều ấy và cứ ngoảnh mặt đi để nhìn vào nơi khác, do đó đã khiến chúng ta luôn phải khổ đau.

Tóm lại, sự chấm dứt hay sự giải thoát khỏi căn bệnh tâm linh tùy thuộc vào khả năng ngăn chận sự hiển hiện của "cái tôi" và cái "của tôi". Sự giải thoát khỏi căn bệnh ấy được xem là "một món quà to lớn nhất". Và đấy cũng chính là tiêu đề mà các đệ tử của Đức Phật đã sử dụng để quảng bá Dhamma vào những thời kỳ nguyên thủy. Họ đi xuyên ngang các làng mạc và thành phố để rao bán một liều thuốc thần diệu: "Arogya parama labha" có nghĩa là "Giải thoát khỏi bệnh tật là một sự lợi ích to lớn nhất!". Đấy không phải là cách chữa khỏi đau răng hay các bệnh tật đại loại như thế. Căn bệnh tâm linh mà Đức Phật nói đến là một thứ bệnh mang lại những khổ đau thật to lớn. Đấy là một căn bệnh đích thật, vì thế phương thuốc giúp chữa khỏi căn bệnh ấy cũng phải có một hiệu lực thích nghi và tương xứng.

Vào thời buổi của chúng ta ngày nay, con người luôn đôn đáo tìm cho mình một lối thoát trong cuộc sống, thế nhưng họ lại không ý thức được sự kiện đó. Mỗi khi xảy ra một biến cố mang lại khổ đau thì họ chỉ biết tìm đủ mọi cách để thay vào đấy bằng một thể dạng đối nghịch mà thôi, tiếng Pa-li gọi sự kiện ấy là tandangavimutti. Thế nhưng nếu chúng ta biết cách kiểm soát tâm thức mình thì nó cũng sẽ vượt thoát được cách hành xử trên đây để trở thành trống không và thoát khỏi bệnh tật, tiếng Pa-li gọi sự kiện này là vikkhambanavimutti - có nghĩa là sự "giải thoát bằng cách ngăn chận" (delivrance by suppression) - đấy là cách mà chúng ta ngăn chận các con vi khuẩn không cho chúng gây ra bệnh tật, tức có nghĩa là chủ động được tâm thức mình bằng một sự cảnh giác cao độ. Đấy cũng là cách thiết thực và mang nhiều lợi điểm hơn so với cách tùy cơ ứng biến và chỉ có tính cách tạm thời (hối hả tìm cách thay thế khổ đau bằng các thể dạng đối nghịch hay tandangavimutti).

Thế nhưng chúng ta cũng có thể đi xa hơn bằng cách loại bỏ tận gốc rễ và hủy diệt hoàn toàn các con vi khuẩn dứt khoát hơn, cách này gọi là samucchedavimutti (release by cutting off / giải thoát bằng cách triệt tiêu hay hủy diệt). Đấy là cách giết chết các con vi khuẩn một cách vĩnh viễn.

Thông thường, mỗi khi thay vào một thứ mà mình không muốn bằng một thứ gì khác mang tính cách đối nghịch thì mình cũng có thể sẽ cảm thấy một chút hiệu quả nào đó, và nếu thật sự thành công thì đấy cũng đã là một kết quả đáng kể. Thế nhưng nếu muốn đi xa hơn thế nữa thì phải ngăn chận (vikkhambanavimutti) hoặc hủy diệt hoàn toàn (samucchedavimutti) các con vi khuẩn ở một cấp bậc cao hơn. Thực hiện được như thế, chúng ta sẽ không còn sống với sự thèm muốn, ghét bỏ và sự quán thấy sai lầm cũng như tất cả mọi thứ dục vọng khác. Chúng ta sẽ sống trong an bình, yên ổn, hoàn toàn tỉnh giác, không còn khổ đau và bấn loạn nữa, tương tự như sự tươi mát của một đứa trẻ thơ. Đấy chính là cách chữa lành căn bệnh tâm linh.

Trước khi chấm dứt tôi cũng xin tất cả quý vị với

tư cách là những người Phật Giáo hãy quan tâm đến chủ đích của cuộc gặp gỡ giữa chúng ta hôm nay. Nếu quý vị nghĩ rằng sự gặp gỡ này là một dịp để phát động sự quyết tâm của mình để dấn thân trên con đường của lòng nhân từ và sự thật, thì quý vị cũng nên tạo ra cho mình một nếp sống phù hợp với quyết tâm ấy, hãy từ bỏ những gì xấu xa và kém lành mạnh để tìm lấy cho mình những gì tốt đẹp, xứng đáng và toàn thiện hơn. Hãy kiên trì và cố gắng, đừng buông tay. Hãy phát huy sự tu tập của mình trên con đường đó nhằm mang lại lợi ích cho mình và cho cả nhân loại. Nhờ đó quý vị cũng có thể tự hào để nói lên rằng quý vị đã làm những gì tốt đẹp nhất trong cuộc sống mà một con người có thể làm được, và quý vị cũng tiếp nhận được những gì tốt đẹp nhất mà một con người có thể thừa hưởng được. Đấy nào có phải là một chuyện xa vời đâu. Tất cả đều nằm trong tầm tay của quý vị.

Tóm lại đấy cũng có nghĩa là chúng ta đã đạt đến chỗ tột cùng những gì cần phải học hỏi, cần phải thực hiện và cảm nhận được hiệu quả mang lại từ những kinh nghiệm trực tiếp về những hành động tu tập của chính mình. Đấy là một cuộc sống đã hoàn toàn loại bỏ được dukkha, kể cả trong lúc còn đang tu tập cũng như sau khi đã đạt được kết quả. Trong khi luyện tập hằng ngày - dù phải đảm trách thêm công ăn việc làm - thì cũng sẽ không có dukkha. Nếu như công việc làm ăn có mang lại cho chúng ta một ít kết quả vật chất nào đó đi nữa - chẳng hạn như tiền của, địa vị xã hội, tiếng tăm hay danh vọng - thì cũng sẽ không có dukkha. Dukkha sẽ không hề xảy ra trong bất cứ hoàn cảnh nào. Chúng ta trở thành những con người thượng thặng.

Tương tự như câu được một con cá mà không bị

lưỡi câu đâm vào tay (khi móc mồi) và ăn cá không bị xương móc vào cuống họng. Câu được con cá không gây ra khổ đau và ăn con cá cũng không gây ra khổ đau (có thể một người tu tập theo Phật Giáo Đại Thừa sẽ tìm một thí dụ khác hơn, dù sao thì đây cũng là một thí dụ dễ hiểu dành cho một cử tọa thế tục). Đơn giản chỉ có thế.

Tôi mong rằng quý vị đã nắm vững được khái niệm về các thứ bệnh thân xác, tâm thần và tâm linh. Nếu quý vị luôn ghi nhớ sự hiểu biết đó thì nó cũng sẽ giúp quý vị chữa lành được mọi thứ bệnh tật. Khi đã chữa khỏi được mọi thứ bệnh tật thì lúc ấy quý vị cũng sẽ nhận thấy được ý nghĩa trong câu sau đây rất đúng: "Sức khoẻ đích thật là gia tài to lớn nhất" (xin nhắc lại câu trên đây cũng là tiêu đề mà các đệ tử của Đức Phật đã sử dụng để quảng bá Dhamma).

PHẦN II

TÁNH KHÔNG LÀ GÌ

Trong buổi nói chuyện trước đây tôi cũng đã nhắc đến tánh không và cho biết đấy là một chủ đề thật chủ yếu, thế nhưng tôi chưa kịp triển khai một cách đầy đủ và tương xứng với tầm quan trọng của nó. Thiết nghĩ chúng ta cần phải thấu triệt khái niệm này một cách sâu sắc hơn. Nhiều khía cạnh của chủ đề này quả thật là vẫn còn quá mù mờ, do đó tôi sẽ dành trọn buổi nói chuyện hôm nay cho đề tài này.

Nhập đề

Trong toàn bộ giáo huấn Phật Giáo thì tánh không là một chủ đề khó thấu triệt nhất, bởi vì đấy chính là phần cốt lõi. Cũng thật dễ hiểu, nếu đã là cốt lõi của Phật Giáo thì nhất định đấy cũng sẽ là một chủ đề thật tinh tế và sâu sắc. Các cách phỏng đoán và suy nghĩ thông thường không thể nào có thể giúp chúng ta hiểu được tánh không là gì, mà chính chúng ta phải dày công nghiên cứu một cách kiên trì và tường tận.

Chữ "nghiên cứu" trong trường hợp này phải hàm chứa đầy đủ ý nghĩa của nó: tức là phải thường xuyên quan sát và phân tích tất cả những gì hiện ra trong tâm thức mình, dù đấy là một sự thích thú hay khó chịu. Chỉ có những ai đã từng theo dõi thật cẩn thận những diễn biến trong tâm thức mình thì mới có thể hiểu được Dhamma (Đạo Pháp) là gì. Những người chỉ biết nghiên cứu bằng sách vở chẳng những sẽ không hiểu được tánh không mà lại còn rất dễ bị sai lầm. Trái lại, những ai biết quan sát tất cả những gì xảy ra trong tâm thức mình và tự nhận định được những điều nào là đúng trong chính tâm thức mình thì mới không sợ bị lầm lẫn. Người này sẽ hiểu được dukkha (khổ đau) là gì, sự chấm dứt của dukkha là gì, và sau cùng sẽ hiểu được Dhamma là gì. Sau đó khi đọc sách về tánh không thì người ấy mới có thể hiểu được đúng đắn chủ đề này.

Từ lúc bước vào cõi đời này cho đến khi lâm chung, lúc nào chúng ta cũng phải luôn luyện tập theo cách sau đây: phải quán xét sự tiếp xúc giữa tâm thức mình với tất cả các sự vật chung quanh và phải nhận biết được bản chất của các hậu quả mang lại từ sự tiếp xúc đó. Trong quá trình của sự vận hành tự nhiên ấy, nhất định sự thích thú hay là đớn đau sẽ phải xảy ra, thế nhưng nếu theo dõi và quán xét được nó thì việc này cũng sẽ giúp cho tâm thức của chúng ta trở nên tỉnh táo và mạnh mẽ hơn. Tiếp tục tìm hiểu bản chất của tư duy như trên đây sẽ giúp giải thoát tâm thức khỏi dukkha - đấy là một sự hiểu biết lợi ích nhất trong số tất cả các sự hiểu biết, và đấy cũng là cách giúp chúng ta dần dần thực hiện được tánh không hay ý thức được nó là gì.

Có lẽ quý vị vẫn còn nhớ là trong buổi thuyết trình trước đây chúng ta cũng đã nói đến là có nhiều người xem Đức Phật như một vị "Lương Y tâm thần", và chúng ta cũng đã nói đến là có hai loại bệnh: loại thứ nhất là các bệnh thuộc thân xác và tâm thần, loại thứ hai là các bệnh thuộc lãnh vực tâm linh. Bệnh tâm linh là một căn bệnh không cho phép mình quán thấy được sự thật tối hậu của mọi sự vật đúng thật với những gì là như thế. Do đó bệnh ấy là một thứ bệnh liên quan đến vô minh, hay là sự hiểu biết sai lầm, và nếu đã là một sự hiểu biết sai lầm thì tất nhiên là nó sẽ đưa đến những hành động sai lầm và từ đó phát sinh ra khổ đau.

Vậy phải làm thế nào để có thể chữa lành được căn bệnh tâm linh ấy? Phương thuốc giúp chữa khỏi chính là tánh không. Hơn nữa tánh không chẳng những là một phương thuốc mà còn là cả một sự giải thoát có thể làm triệt tiêu tất cả mọi thứ bệnh tật, bởi vì phía sau tánh không sẽ chẳng còn lại gì cả.

 Phương thuốc giúp chữa lành căn bệnh tâm linh chính là sự hiểu biết và phép luyện tập giúp ý thức được tánh không. Khi tánh không hiện ra, nó sẽ chữa khỏi căn bệnh. Khi đã khỏi bệnh thì ngoài tánh không ra sẽ chẳng còn lại bất cứ một thứ gì khác, đấy là một thể dạng đã hoàn toàn loại bỏ được khổ đau và mọi thứ u mê tâm thần, là nguyên nhân gây ra mọi khổ đau. Tánh không ấy mang một ý nghĩa vô cùng rộng lớn, tự nó hàm chứa những phẩm tính như: không có gì có thể làm cho nó bị thoái hóa, cũng không thể triển khai hay cải thiện thêm cho nó, bất cứ một tác động nào cũng đều vô hiệu. Đấy là một thể dạng vượt ra khỏi thời gian, bởi vì nó không còn gánh chịu sự sinh và cái chết nữa. Sự "hiện hữu" của nó hoàn toàn khác hẳn với sự hiện hữu của các sự vật và cả các chúng sinh được sinh ra và phải chết. Bởi vì không có một thuật ngữ nào có thể diễn tả được nó nên chúng ta cũng chỉ biết mượn đặc tính "không hề biến đổi" của nó để gọi nó là "tánh không bất biến" (vacuité immuable / immutable emptiness).

Nếu một người đã thực hiện được điều ấy - nói một cách chính xác hơn là khi "tâm thức" của người ấy đã thực hiện được tánh không một cách hoàn hảo - thì nó sẽ trở thành phương thuốc giúp cho người ấy chữa lành căn bệnh của mình. Sự chữa trị đó sẽ có hiệu quả tức khắc, và đấy cũng là một thể dạng vượt ra khỏi thời gian: một sức khoẻ đích thật (có nghĩa là không còn chết nữa).

Tôi mong quý vị luôn ghi nhớ đến cách định nghĩa ấy của chữ "tánh không" - tiếng Pa-li gọi là sunnatâ - để có thể theo dõi dễ dàng những gì tôi sẽ trình bày chi tiết hơn dưới đây.

Tất cả đều là tánh không

Trước hết chúng ta không nên quên là chính Đức Phật đã từng nói rằng mỗi lời mà Ngài thốt lên đều nhất thiết hướng vào chủ đề tánh không, Ngài không hề đề cập đến bất cứ gì khác, dù là trực tiếp hay gián tiếp. Bất cứ một lời giáo huấn nào nếu không liên hệ gì với tánh không thì đấy không phải là lời nói nguyên thủy do chính Ngài thốt ra, và đấy cũng có thể là do các vị đệ tử sau này của Ngài thêm vào, vì ham thích biện luận dông dài, nên đã tìm cách phô trương sự uyên bác của mình mà thôi.

Thật thế người ta có thể ghép thêm nhiều thứ vào giáo huấn nguyên thủy - thí dụ như chữ "trống không" ngày nay đã mang thêm nhiều cách ứng dụng khác nhau (xin nhắc thêm là tánh không là một khái niệm được hiểu khá khác biệt nhau giữa các học phái. Cách hiểu của Theravada rất "thực tế" và hướng thẳng vào tính cách vô ngã của một cá thể, việc ứng dụng do đó cũng "trực tiếp", "thực tế" và "giản dị" hơn). Mặc dù sự "trống không" mang đặc tính bền vững và bất biến, thế nhưng cách diễn đạt nó thì lại rất đa dạng. Nói thế để hiểu rằng chúng ta sẽ chỉ khảo sát tánh không trong vòng giới hạn của một số khía cạnh sau đây:

- sự vắng mặt của dukkha (khổ đau)

- sự vắng mặt của những thứ u mê trong tâm thức khiến tạo ra dukkha

- sự vắng mặt của cảm tính về "cái tôi" và cái "của tôi"

Đấy là những gì biểu trưng cho thể dạng tánh không mà chúng ta sẽ dựa vào đấy để tu tập.

Nếu chúng ta cố gắng tìm trong số các lời giảng huấn của Đức Phật về chủ đề này để xem có những lời giảng huấn nào dễ hiểu nhất và thường được Đức Phật nói đến nhất thì chúng ta sẽ thấy rằng đấy là những lời mà Ngài khuyên chúng ta hãy nhìn vào thế giới này như là một sự trống không. Đấy là câu: "Sunnato lokam avekkhassu magharasa sada sato", có nghĩa là: "Hãy xem thế giới là trống không, và nếu đủ khả năng để luôn ý thức được tánh không của thế giới thì cái chết cũng sẽ không còn nắm bắt được mình nữa".

Lời giảng trên đây khuyên chúng ta hãy nhìn vào thế giới như là một sự trống không cũng chính là một phép tu tập cao siêu nhất. Bất cứ ai muốn tự giải thoát khỏi các khó khăn gây ra bởi dukkha và cái chết thì nhất thiết phải nhìn vào thế giới - có nghĩa là nhìn vào tất cả mọi sự vật - đúng thật với nó, nếu nói cách khác thì nó trống không về "cái tôi" và bất cứ gì thuộc vào "cái tôi". Các câu tóm lược sau đây của Đức Phật đã nói lên tất cả sự lợi ích của phép tu tập ấy: "Nibbâna (niết-bàn) chính là tánh không tối thượng" và "Nibbâna là niềm phúc hạnh tối thượng nhất". Những gì vừa trình bày cho thấy thật rõ ràng là nibbâna, hay sự tắt nghỉ tuyệt đối của khổ đau, và "tánh không tối thượng" có cùng một ý nghĩa như nhau. Thế nhưng nếu đã gọi đấy là một thứ tánh không "tối thượng" thì cũng có thể hình dung ra một thứ tánh không khác, không mang tính cách tối thượng và có thể xem như là một thứ tánh không còn khiếm khuyết hay sai lầm. Khi nào khả năng nhận biết được sự thật đã trở nên hoàn hảo và trong sáng, không còn vướng mắc bất cứ một chút bóng dáng nào của "cái tôi" và cái "của tôi", thì khi đó nó mới có thể giúp hình dung ra được "tánh không tối thượng" là gì. Cái "tánh không tối thượng" đó chính là nibbâna bởi vì nó có khả năng dập tắt được ngọn lửa đang thiêu đốt chúng ta và làm cho cơn lốc của những hiện tượng vô thường phải lắng xuống. Vì thế "tánh không tối thượng" và sự "tắt nghỉ tối hậu của dukkha" cũng chỉ là một thứ.

Khi phát biểu rằng nibbâna là niềm phúc hạnh tối thượng, thì đấy cũng chỉ là một cách nói thuộc lãnh vực của sự thật tương đối. Thật ra thì đấy cũng chỉ là một cách phát biểu nhằm khuyến khích mọi người nên nghĩ đến việc tu tập, chẳng qua cũng là vì đối với những người bình dị thì suốt đời họ chỉ biết nuôi mộng tìm được hạnh phúc thế thôi. Do đó khi bảo rằng niết-bàn là hạnh phúc thì đấy chỉ là cách nói nhằm đáp ứng sự ước mong trong lòng họ mà thôi, và tất nhiên đấy cũng chỉ là một cách nói mang tính cách thiết thực, bởi vì dù có giải thích và khẳng định với họ đấy là một thứ hạnh phúc tối thượng đi nữa thì trên thực tế niết-bàn vẫn to lớn hơn và vượt cao hơn thể dạng hạnh phúc mà họ có thể hình dung ra được. Bởi vì cái hạnh phúc ấy của niết-bàn chính thực là tánh không. Dù sao đi nữa thì người ta cũng không thể nào bảo đấy là hạnh phúc hay là khổ đau được, bởi vì nó vượt xa hơn khổ đau và cả những thứ hạnh phúc thường tình. Thế nhưng nếu cứ giải thích loanh quanh như thế thì mọi người sẽ chẳng hiểu gì cả, vì thế nên không thể nào làm gì khác hơn là bắt buộc phải sử dụng cách nói thông thường và dễ hiểu để gọi nibbâna là "phúc hạnh tối thượng". Do đó tôi cũng xin lưu ý quý vị là mỗi khi tôi nói đến chữ "phúc hạnh" thì nên hiểu rằng chữ ấy không mang ý nghĩa mà mọi người thường hiểu. Đấy là một thể dạng trống không về tất cả những thứ được sinh ra và lan tràn trong tâm thức (các tư duy và xúc cảm trong tâm thức) và tất cả những hiện tượng vô thường (thế giới hiện tượng bên ngoài), bởi vì khi nào vẫn còn sự biến động (của đủ mọi thứ tư duy và xúc cảm trong nội tâm và của mọi hiện tượng chi phối và trói buộc một cá thể từ bối cảnh bên ngoài) thì khi ấy sẽ không thể nào tìm được hạnh phúc đích thật được. Cái thể dạng phúc hạnh của sự trống không thật tuyệt vời, tươi mát và xứng đáng để chúng ta mong cầu.

Trước hết phải hiểu rằng các sự cảm nhận thích thú hiện ra khi xảy ra sự tiếp xúc giữa các cơ quan giác cảm với các đối tượng từ bên ngoài, đều là ảo giác, đấy không phải là niềm phúc hạnh tối thượng. Niềm phúc hạnh của những người bình thường không phải là niềm phúc hạnh tối thượng của nibbâna, bởi vì niềm phúc hạnh này chỉ là tánh không. Vì thế mỗi khi quý vị nghe nói đến: "Nibbâna là phúc hạnh tối thượng" thì không được vội vã xem nibbâna đúng với những gì mà quý vị hằng mong cầu, để rồi cứ nhìn vào đấy để mà ước mơ và để quên bẵng đi là nibbâna đồng thời cũng còn có nghĩa là tánh không tối thượng.

Không được bám víu vào bất cứ gì cả

Giáo huấn của Đức Phật liên quan đến việc tu tập về tánh không chính là cốt lõi của toàn bộ giáo huấn Phật Giáo: "Không được bám víu vào bất cứ một thứ dhamma nào cả" (xin chú ý chữ dhamma - số nhiều và viết không hoa - có nghĩa là các hiện tượng hiện ra trong sự hiện hữu của mình hay nói chung là tất cả các hiện tượng vô hình hay hữu hình thuộc vào thế giới và cả trong tâm thức của chính mình, và chữ Dhamma - số ít và viết hoa - thì có nghĩa là Đạo Pháp). Nếu suy rộng ra thì câu trên đây cũng có nghĩa là: Dù bất cứ ai thì cũng không được nắm bắt và bám víu vào bất cứ thứ gì để xem đấy là "cái tôi" hay là cái "của tôi". Các chữ "dù bất cứ ai" có nghĩa là "tất cả mọi người" không ngoại trừ một người nào cả. Các chữ "nắm bắt và bám víu" thì có nghĩa là những gì sẽ làm phát sinh ra cảm tính về "cái tôi". Các chữ "xem là cái tôi" có nghĩa là cảm thấy mình là một cá thể vững chắc, trường tồn, hay hàm chứa một linh hồn. Các chữ "như là cái của tôi" thì có nghĩa là chiếm hữu một hiện tượng liên hệ đến cảm tính của một "cái tôi". Câu trên đây là cách mà Đức Phật khuyên bảo chúng ta tuyệt đối không được phát động bất cứ một cảm tính nào về "cái tôi" và cái "của tôi" bằng cách liên kết nó với bất cứ một thứ gì khác (tức có nghĩa là không được xem một thứ gì đó - kể cả thân xác mình - là "tôi", hay là một thứ gì đó thuộc sở hữu "của tôi"), dù đấy chỉ là một hạt bụi hay là một viên ngọc quý, hay đơn giản chỉ là một đối tượng của sự thèm muốn giác cảm, kể cả sự viên mãn tức là thể dạng cao nhất trong việc tu tập tâm linh. Không có bất cứ gì, nên nhớ là tuyệt đối không có bất cứ một thứ gì, có thể làm đối tượng cho sự bám víu, tức là để nắm bắt lấy chúng và để xem đấy là "cái tôi" hay cái "của tôi". Đấy cũng chính là cốt lõi của giáo huấn Phật Giáo. Đức Phật cũng từng khẳng định về điều đó.

Đức Phật bảo rằng khi nào được nghe câu nói ấy - tức "Không được bám víu vào bất cứ một dhamma nào" - thì cũng có nghĩa là được nghe tất cả giáo huấn; mang câu nói ấy ra để luyện tập có nghĩa là hoàn tất được tất cả mọi sự tu tập; tiếp nhận được kết quả từ sự tu tập đó có nghĩa là tiếp nhận được tất cả quả mang lại từ toàn bộ giáo huấn. Tóm lại quý vị chớ nên lo sợ khi thấy có quá nhiều thứ để học hỏi. Đức Phật có nói rằng dù sự hiểu biết của Ngài nhiều như lá trong rừng thế nhưng những gì Ngài thuyết giảng nhằm giúp cho chúng ta tìm thấy nibbāna thì cũng chỉ như một nắm lá trong tay. "Nắm giáo lý" ấy trong bàn tay của Ngài biểu trưng cho nguyên tắc: không được nắm bắt hay bám víu vào bất cứ gì và xem đấy là "cái tôi" hay cái "của tôi".

Khi nào được nghe lời thuyết giảng ấy thì cũng có nghĩa là được nghe toàn bộ giáo huấn, bởi vì riêng nó đã hàm chứa và bao gồm tất cả các chủ đề. Và cũng không hề có bất cứ một chủ đề nào mà Đức Phật đã nêu lên lại không đề cập đến khổ đau và phương cách giúp loại bỏ khổ đau. Sự nắm bắt và bám víu là hai nguyên nhân mang lại khổ đau. Bất cứ nơi nào có sự nắm bắt và bám víu thì tất nơi đó sẽ phải có khổ đau. Tu tập là cách chận đứng hoàn toàn và vĩnh viễn không cho sự nắm bắt và bám víu có thể xảy ra nhằm giúp cho tâm thức lúc nào cũng trống không. Vỏn vẹn và đơn giản đấy là những gì cần phải làm. Tất cả cũng chỉ có thế.

 "Phép tu tập ấy bao hàm toàn bộ tất cả các phép tu tập khác". Vậy quý vị cũng nên thử suy nghĩ xem còn có gì khác cần phải tu tập thêm hay không. Nếu một người nào đó, dù đấy là bất cứ ai, nếu tâm thức họ đã loại bỏ được mọi sự nắm bắt và bám víu, thì điều gì sẽ xảy ra trong tâm thức của người ấy? Quý vị thử suy nghĩ thật kỹ xem! Để có thể hình dung những gì sẽ xảy ra thì chúng ta có thể căn cứ vào sự diễn tiến tuần tự theo từng giai đoạn một: khởi đầu là quy y Tam Bảo, giữ gìn giới luật và thiền định nhằm phát huy sự chú tâm và trí tuệ, sau đó là thực hiện được Con Đường, tiếp nhận được quả của Con Đường và cuối cùng là niết-bàn. Vào giai đoạn cuối cùng tức là niết-bàn khi tâm thức đã loại bỏ được tất cả mọi thứ u mê (vô minh) và dukkha (khổ đau), thì nhờ đó sẽ đạt được thể dạng của Phật, của Dhamma (Đạo Pháp) và của Tăng Đoàn và trở thành "một" với toàn bộ Tam Bảo. Việc ấy có thể thực hiện được mà không cần phải cầu khẩn hay tụng niệm gì cả. Những thứ này chỉ là các hình thức lễ bái hay các nghi thức lễ lạc thuộc vào giai đoạn khởi đầu. Những hình thức ấy chỉ là những gì phụ thuộc bên ngoài, không giúp được mình hòa nhập sâu xa với Đức Phật, với Dhamma và Tăng Đoàn, tức là những gì thuộc vào nội tâm. Trong khi đó đối với một người có một tâm thức trống không về sự nắm bắt và bám víu vào "cái tôi" và cái "của tôi", dù là chỉ giữ được trong một khoảnh khắc ngắn, thì cũng có thể xem tâm thức của người ấy đã thực hiện được tánh không vào đúng những khoảnh khắc ấy. Tâm thức đó sẽ rất tinh khiết, rạng ngời và an bình, và sẽ hòa nhập để trở thành một với Đức Phật, Dhamma và Tăng Đoàn. Tóm lại, mỗi khi tâm thức mình thực hiện được thể dạng giải thoát đó, thì sự nương tựa của mình nơi

Tam Bảo mới trở thành đích thật được.

Bố thí là một hành động buông xả và cũng là một cách để buông bỏ chính mình

Đến đây chúng ta hãy cùng bàn thảo về sự hào phóng (dâna / bố thí). Ý nghĩa hàm chứa trong hành động bố thí và hiến dâng chính là sự buông xả, không nắm bắt và cũng không bám víu vào "cái tôi" và cái "của tôi" nữa. Một người bố thí mà còn nghĩ đến một sự hồi đáp to lớn hơn - thí dụ như bố thí để mong cầu đạt được một lâu đài trên thiên đường - thì đấy không phải là một sự bố thí mà chỉ là một sự mua bán. Đã bố thí thì không được chờ đợi bất cứ một sự hồi đáp nào: đấy là cách buông bỏ những thứ mà mình bám víu để xem đấy là "cái tôi" hay cái "của tôi". Khi tâm thức của một người nào đó không còn vướng mắc vào cảm tính về một "cái tôi" hay cái "của tôi" nữa thì hành động bố thí của người ấy mới có thể mang tính cách tối thượng được, bởi vì khi đã buông bỏ ngay cả "cái tôi" của chính mình thì nào có còn lại gì nữa đâu để cho mình bố thí? Khi cảm tính của "cái tôi" bắt đầu tan biến thì cảm tính về cái "của tôi" (của cải vật chất và những bám víu tâm thần) cũng sẽ tan biến theo. Vì thế, chỉ trong những lúc mà mình đã đạt được một tâm thức thật sự trống không về cái ngã, tức có nghĩa là trong lúc đã buông bỏ được cái ngã của chính mình, thì mình mới có thể thực hiện được một sự bố thí đúng nghĩa của nó.

Đạo đức đích thật hoàn toàn trống không

Đến đây chúng ta cũng nên tìm hiểu thế nào là một thái độ hành xử đạo đức (sila). Nếu một người có một tâm thức trống không, thoát khỏi mọi sự nắm bắt và bám víu vào "cái tôi" và các sự vật để xem đấy là cái "của tôi" thì những hành động, ngôn từ của người ấy mới có thể xem là đích thật và hoàn toàn đạo đức được. Tất cả các hình thức khác của đạo đức chỉ toàn là trò hề. Chúng ta quyết tâm nguyện không vi phạm vào việc này hay việc nọ (khi quy y chẳng hạn), thế nhưng chúng ta cũng cứ vi phạm, thì đấy chẳng phải là một trò hề hay sao? Chẳng qua đấy là vì ngay từ lúc đầu chúng ta đã không biết phải làm thế nào để dứt bỏ được "cái tôi" và cái "của tôi". Vì không thoát khỏi "cái tôi" và cái "của tôi" nên chúng ta không thể nào hành xử một cách thật sự đạo đức được. Giả sử có loại bỏ được "cái tôi" đi nữa thì cũng chỉ tạm thời mà thôi. Đấy không phải là ariyakantasila tức là cách hành xử đạo đức của các vị Thánh Nhân, mà đúng hơn chỉ là một thứ luân lý thường tình, khi trồi khi sụt và không thể nào trở thành siêu nhiên được. Trái lại trong trường hợp giữ được tâm thức trống không, dù chỉ giữ được trong chốc lát hoặc suốt một ngày hay một đêm, thì đấy cũng đã là một điều đáng kể, bởi vì trong những lúc ấy các hành động đạo đức của mình sẽ mang tính cách đích thật.

Tánh không chính là thể dạng samadhi đích thật

Theo phép luyện tập thiền định về sự tĩnh lặng hay sự tập trung gọi là samadhi thì một tâm thức trống không sẽ là samadhi tối thượng, tức là một thể dạng tập trung bền vững và thăng bằng nhất mà tâm thức có thể thực hiện được. Nếu thiền định mà còn phải cố gắng và phấn đấu thì việc thiền định ấy chưa phải là thiền định, đấy cũng chẳng khác gì tập trung tâm thức nhằm vào mục đích đạt được một thứ gì đó, dù cho đấy là thể dạng không bám víu vào năm thứ cấu hợp là khandha (ngũ uẩn) cũng vậy. Phải hiểu rằng có hai thứ thiền định: đúng và không đúng. Chỉ khi nào tâm thức thực hiện được sự trống không về sự nắm bắt và bám víu vào "cái tôi" và cái "của tôi" thì mới có thể đạt được thể dạng hoàn toàn thăng bằng và đích thật của một sự tập trung đúng. Bất cứ ai có tâm thức trống không thì cũng sẽ có được một sự tập trung đúng đắn.

Trí tuệ tối thượng là tánh không

Đến đây chúng ta hãy tìm hiểu về trí tuệ (pannâ). Nên hiểu rằng sự hiểu biết, hay thực hiện được tánh không, hay trở thành tánh không thì tất cả cũng đều có nghĩa là trí tuệ tối thượng, bởi vì đúng vào lúc khi tâm thức đạt được sự trống không thì nó cũng trở nên vô cùng tinh tế và bén nhạy. Trái lại khi vô minh và sự hiểu biết sai lầm về mọi sự vật thâm nhập vào tâm thức và bao phủ lấy nó thì nhất định chúng sẽ làm phát sinh ra sự nắm bắt và bám víu vào "cái tôi" và cái "của tôi", và đấy chính là thể dạng tệ hại nhất của sự đần độn. Nếu quý vị suy nghĩ và nhìn lại mình thì quý vị cũng có thể nhận thấy một cách dễ dàng và minh bạch rằng mỗi khi thể dạng đần độn đó thoát ra khỏi tâm thức thì tâm thức tự nó cũng sẽ trở nên hết ngu đần (nhiều lúc chúng ta cảm thấy mình quá dại dột, làm những chuyện thật ngu xuẩn không nên làm. Sự hối hận đó cho thấy rằng có những lúc tâm thức cũng loại bỏ được thể dạng đần độn, thế nhưng đấy chỉ có tính cách tạm thời vì sự đần độn cũng sẽ xâm chiếm trở lại tâm thức mình khi "cái tôi" và cái "của tôi" phát lộ trở lại và xô mình vào bóng tối của sự hoang mang và u mê). Khi tâm thức đã loại bỏ được sự ngu đần để trở nên trống không về "cái tôi" và cái "của tôi" thì nó sẽ đạt được sự hiểu biết hoàn hảo hay là trí tuệ. Chính vì thế mà các vị hiền nhân thường bảo rằng tánh không và trí tuệ - tức là khả năng chú tâm đúng (chánh định) giúp nhận biết được một cách minh bạch bản thể đích thật của mọi sự vật - cũng chỉ là một. Tuy nhiên không phải chỉ vì chúng giống nhau mà gọi đấy là một thứ duy nhất. Trí tuệ đích thật và hoàn hảo là tánh không, trong cái tánh không ấy không hề có sự bám víu dại dột nào vào các thứ ảo giác. Một tâm thức khi loại bỏ được vô minh thì sẽ tìm thấy thể dạng nguyên sinh của nó, đấy là thể dạng tâm thức nguyên thủy và đích thật, và chính cái thể dạng ấy mới gọi là trí tuệ, có nghĩa là nó có khả năng nhận biết được sự thật của mọi sự vật đúng như thế (tâm thức trống không tức là trí tuệ và đấy cũng chính là thể dạng nguyên sinh của nó - tức chưa bị ô nhiễm bởi cảm tính của cái tôi và cái của tôi).

Chữ "tâm thức" trình bày trên đây mang một ý nghĩa thật cá biệt, không nên nhầm lẫn nó với 89 hay 129 loại "tâm thức" liệt kê trong A-tì-đạt-ma luận (Abhidhamma). Chúng ta gọi "tâm thức đích thật và nguyên thủy" là một thứ tâm thức đã trở thành một với trí tuệ. Đấy là một tâm thức trống không về sự nắm bắt và bám víu vào "cái tôi" và cái "của tôi", và người ta sẽ không còn có thể gọi thể dạng ấy là "tâm thức" nữa, mà phải gọi đấy là "tánh không". Thế nhưng bởi vì "tánh không" ấy vẫn còn hàm chứa khả năng hiểu biết vì thế nên chúng ta đành phải tạm gọi nó là "tâm thức" thế thôi. Mỗi học phái gán cho nó một tên gọi khác nhau (Phật tính, bản thể của Phật, thực tại, hiện thực, tâm thức nguyên thủy hay nguyên sinh...), và đối với chúng ta thì cũng chỉ biết cho rằng bản thể đích thật của tâm thức chính là trí tuệ, tức là sự chú tâm giúp nhận biết được sự thật, không hàm chứa một sự nắm bắt hay bám víu nào.

Tóm lại là trí tuệ hoàn hảo luôn nằm bên trong tánh không.

Con Đường, Quả của Con Đường và Niết-bàn đều là Tánh Không

Đến đây chúng ta sẽ đề cập đến việc thực hiện được Con Đường, Quả của Con Đường, và Nibbanâ (Niết-bàn). Đấy là các cấp bậc thăng tiến tuần tự của tánh không để đạt đến cấp bậc cao nhất của nó là nibbanâ hay còn gọi là tánh không tối thượng (paramasunnata hay paramam sunnam). Do đó quý vị cũng có thể nhận thấy rằng bắt đầu từ lúc khởi sự quy y, bố thí, tuân thủ giới luật, thiền định cho đến khi đạt được trí tuệ thì tuyệt nhiên chẳng có một thứ gì khác ngoài tánh không, tức là thể dạng không-bám-víu vào cái ngã. Sự thực hiện Con Đường, Quả mang lại từ sự thực hiện ấy và cả nibbanâ tất cả cũng chỉ là tánh không, điểm khác biệt duy nhất là nibbanâ thuộc vào cấp bậc tối thượng thế thôi.

Do đó khi Đức Phật nói rằng nếu nghe được giáo huấn đó thì cũng có nghĩa là nghe được toàn bộ giáo huấn; thực hiện được giáo huấn đó có nghĩa là hoàn tất được tất cả sự tu tập; tiếp nhận được quả của sự tu tập đó có nghĩa là tiếp nhận được tất cả các kết quả. Ý nghĩa ấy của chữ "tánh không" mang một tầm quan trọng thật lớn, quý vị nên ghi nhớ điều này.

Tất cả đều là dhamma

Đến đây chúng ta sẽ tìm hiểu xem tại sao tất cả mọi hiện tượng đều được gọi là "dhamma". Trước khi nói lên chữ này thì quý vị cũng phải hiểu thật tường tận đấy là gì. Chữ dhamma có nghĩa là tất cả những gì hiện hữu. Khi Đức Phật nói đến "tất cả dhamma" thì đấy có nghĩa là tất cả mọi hiện tượng, không có một ngoại lệ nào cả, dù chúng thuộc lãnh vực vật chất, tinh thần hay tâm linh. Nếu như có một thứ gì nằm ra bên ngoài cả ba thể loại ấy thì nó cũng vẫn thuộc vào cách định nghĩa của thuật ngữ "tất cả dhamma". Tôi mong rằng quý vị có thể nắm vững được cách định nghĩa này: là mọi "thế giới" của những vật thể vật chất, có nghĩa là bao gồm tất cả các "lãnh vực" của những vật thể vật chất, tất cả đều là dhamma. Một tâm thức ý thức được tất cả các thế giới ấy thì tự nó cũng là một dhamma. Nếu tâm thức và thế giới tiếp xúc với nhau thì sự tiếp xúc đó cũng là một dhamma. Nếu sự tiếp xúc đó làm phát sinh ra các hậu quả chẳng hạn như tình thương yêu, hận thù, ghét bỏ, sợ hãi, kể cả trí tuệ và sự quán thấy trong sáng về mọi sự vật đúng là như thế..., thì tất cả các hình thức phản ứng ấy cũng đều là các dhamma. Dù cho chúng đúng hay sai, tốt hay xấu, thì tất cả cũng đều là dhamma. Nếu trí tuệ làm phát sinh ra những thứ hiểu biết khác nhau trong nội tâm thì những thứ ấy cũng gọi là dhamma. Nếu các thứ hiểu biết ấy đưa đến việc giữ giới, thiền định, hay trí tuệ (tu giới, tu định và tu tuệ) hay bất cứ một phép tu tập nào, thì việc tu tập ấy cũng là một dhamma. Đối với các kết quả mang lại sự tu tập ấy - dù được biểu trưng bằng các thuật ngữ như "sự thực hiện được Con Đường (sự giác ngộ), quả mang lại từ Con Đường (sự giải thoát) hay là nibbanâ (niết-bàn)" - thì tất cả cũng là các dhamma.

Tóm lại là tất cả những thứ ấy đều là dhamma. Thuật ngữ này bao hàm tất cả, gồm từ thế giới của các vật thể vật chất cho đến các kết quả mang lại từ sự tu tập Dhamma (Đạo Pháp), sự thực hiện được Con Đường, quả mang lại từ Con Đường. Như đã nói đến trên đây, nếu nhìn thấy được mỗi sự vật ấy một cách thật minh bạch thì cũng có nghĩa là nhìn thấy "tất cả các sự vật" và cũng sẽ hiểu được rằng đối với bất cứ gì dù là do chính Đức Phật giảng dạy thì cũng không được nắm bắt hay xem đấy là các đối tượng của sự bám víu. Cái thân xác này không phải là một đối tượng để nắm bắt hay bám víu, đối với tâm thức thì lại càng không nên nắm bắt và bám víu bởi vì đấy là một thứ ảo giác khác to lớn hơn nhiều. Vì thế Đức Phật cũng đã từng nói, nếu nhất định cứ một mực khăng khăng bám víu vào một thứ gì đó để xem đấy là "cái tôi" thì tốt hơn nên bám víu vào thân xác bởi vì nó biến đổi chậm chạp hơn, và nó cũng không lừa phỉnh mình tệ hại như tâm thức (nếu xem thân xác là "cái tôi" thì có thể mình sẽ lo trau chuốt nó, tô điểm phấn son cho nó, xức nước hoa cho nó, tập thể dục cho lồng ngực nở nang cân đối, đeo đồng hồ đắt tiền, trang sức lấp lánh, sửa sang "sắc đẹp", "cắt bớt" chỗ này, "độn thêm" chỗ kia... Tất cả các thứ ấy không đến đỗi nguy hiểm như khi xem tâm thức là "cái tôi", bởi vì khi đã xem nó là "cái tôi" thì sự ích kỷ sẽ bùng lên, hận thù phát sinh, tự ái dày vò, tham lam xúi dục, trong lòng nuôi nấng đủ mọi thứ hy vọng, ước mơ, mưu mô, tiếc nuối, yêu thương, ghét bỏ... khiến làm phát sinh ra đủ mọi thứ xúc cảm bấn loạn và điên rồ, cũng như mọi thứ ảo giác và tưởng tượng bệnh hoạn, đưa đến những hành động hung bạo, phá phách, tự tử, sát sinh..., hoặc dưới một thể dạng rộng lớn hơn tức là chiến tranh khi cho rằng đây là gian nhà "của tôi", đất nước "của tôi", tôn giáo "của tôi", sự tự do "của tôi"...).

Chữ "tâm thức" trong trường hợp trên đây không mang cùng một ý nghĩa với chữ "tâm thức" khi được dùng để chỉ định "tâm thức" là một với "tánh không" (tâm thức chỉ có thể trở thành một với tánh không khi nào nó đã tìm thấy trí tuệ hay là thể dạng nguyên sinh của nó). Chữ "tâm thức" trên chỉ có nghĩa là "tâm thần", tức là "tâm thức" hiểu theo cách thông thường. Sự tiếp xúc giữa thể dạng tâm thức ấy và thế giới sẽ làm phát sinh ra mọi thứ cảm tính như yêu thương, hận thù, giận dữ, v.v.... Đấy là các thể loại dhamma càng không nên bám víu hơn so với các thứ dhamma thuộc thân xác, bởi vì chúng là những thứ ảo giác phát sinh từ sự mù quáng của một tâm thức u mê (các cảm tính hay ảo giác ấy luôn biến động khó theo dõi để có thể chủ động được chúng. Chúng không hiện ra lù lù như thân xác). Nắm bắt và bám víu vào những thứ ấy thật vô cùng nguy hiểm.

Đức Phật có nói rằng ngay cả sự chú tâm giúp quán thấy được sự thật của mọi sự vật cũng không được xem là căn nguyên của sự nắm bắt và bám víu, bởi vì đấy cũng chỉ là một thành phần của thiên nhiên. Bám víu vào đấy cũng chỉ là cách tạo ra thêm những ý nghĩ sai lầm: người ta có thể sẽ tưởng tượng ra một con người nào đó có thể đạt được một khả năng trí tuệ như thế, và để tin rằng đấy là cái trí tuệ "của tôi". Sự bám víu sẽ làm cho tâm thức trở nên nặng nề và chao đảo dưới sự chi phối của mọi biến động xảy ra, và từ đó sẽ sinh ra dukkha (khổ đau). Chỉ nên đơn giản xem sự hiểu biết là sự hiểu biết. Nếu dại dột bám víu vào đấy để xem là cái "của tôi", thì nó sẽ lôi kéo theo nhiều thứ bám víu khác, chẳng hạn như các thứ "nghi thức lễ bái và các hình thức lễ lạc", khiến cho chúng ta càng thêm khổ sở mà cũng chẳng biết là tại sao (đoạn này khá khúc triết và cô đọng, do đó xin mạn phép được giải thích thêm với tất cả sự dè dặt. Bám víu vào sự hiểu biết và xem đấy là "cái tôi" sẽ đưa đến sự kiêu ngạo và đấy cũng là chướng ngại "thứ ba" trong số "mười thứ chướng ngại" (entraves, empêchements / obstacles) buộc chặt con người vào vòng sinh tử. Khái niệm về "mười thứ chướng ngại" gọi là samyojana (tiếng Phạn và Pali), kinh sách tiếng Việt gốc Hán ngữ gọi là "Thập Sử" hay "Thập Đại" hay "Thập Căn Phiền Não". Trên đường tu tập nếu bám víu vào sự hiểu biết của mình - phiền não thứ ba trong số mười thứ phiền não - thì có thể sẽ bày ra mọi thứ hình thức nghi lễ trói buộc, khiến cho mình thêm khổ sở chăng ?).

Tu tập Dhamma cũng thế: chỉ cần biết đơn giản tu tập thế thôi. Kết quả tự nó sẽ tương xứng với mức độ tu tập của mình - đấy cũng chỉ là một sự thật của thiên nhiên. Nếu nắm bắt và bám víu vào sự tu tập ấy để xem là "cái tôi" hay cái "của tôi" thì lại càng dễ khiến mình rơi vào sự sai lầm nặng nề hơn, tức là tạo ra thêm cho mình một "cái tôi" hoàn toàn vô căn cứ, và do đó sẽ mang lại khổ đau không kém gì như khi bám víu vào những thứ thật thô thiển khác như sự thèm khát tính dục chẳng hạn.

Đối với việc thực hiện được Con Đường, tiếp nhận được quả của Con Đường và niết-bàn, thì tất cả cũng chỉ là dhamma, là thành phần của thiên nhiên. Chúng là như thế thì cứ xem chúng là như thế. Ngay cả tánh không cũng chỉ là thành phần của thiên nhiên. Nếu nắm bắt nó và bám víu vào nó, thì đấy sẽ là một thứ nibbanâ không đích thật, một thứ tánh không sai lầm, bởi vì đối với nibbanâ đích thật tức tánh không đích thật thì không thể nào nắm bắt được nó. Chính vì thế nên mỗi khi nắm bắt nibbanâ hay tánh không và xem đấy như là "cái tôi" hay cái "của tôi" thì tức khắc và đồng thời cũng sẽ tự tách rời mình ra khỏi những thứ ấy.

Tất cả những gì trình bày trên đây cho thấy tuyệt

đối không có bất cứ gì khác hơn là dhamma. Thuật ngữ dhamma đồng nghĩa với chữ "thiên nhiên". Cách giải thích này khá phù hợp với nghĩa từ chương của chữ dhamma, bởi vì ý nghĩa nguyên thủy của chữ này là "một sự vật có thể tự duy trì lấy nó ". Các dhamma được phân chia thành hai thể loại khác nhau: một thể loại luôn chuyển động và một thể loại thì không. Thể loại gồm các dhamma thường xuyên chuyển động hàm chứa một động lực thúc đẩy chúng nhằm để duy trì chúng trong chính sự chuyển động đó của chúng, nói cách khác thì chính chúng là dòng chảy của sự đổi thay (vô thường). Thể loại gồm các dhamma không chuyển động thì không hàm chứa các yếu tố gây ra sự chuyển động đó, đấy là nibbanâ hay là tánh không.

Tóm lại, có hai thể loại dhamma : một thể loại gồm các sự vật luôn chuyển động và một thể loại thì không, cả hai đều đơn giản chỉ là dhamma, tức là các sự vật tự duy trì được trong một thể dạng nào đó (tự duy trì được trong thể dạng biến động hay tự duy trì được trong thể dạng không biến động - chẳng hạn như tánh không). Tất cả đều là thiên nhiên (hay tự nhiên), đơn giản chỉ là các thành phần của thiên nhiên. Do đó nếu đấy chỉ đơn giản là các dhamma (thành phần của thiên nhiên lôi kéo trong một sự vận hành tự nhiên) thì làm thế nào mà chúng có thể trở thành "cái tôi" hay là cái "của tôi" được? Trong bối cảnh đó dhamma cũng sẽ chỉ có nghĩa là "thiên nhiên", đương nhiên là như thế. Người ta cũng có thể gọi dhamma là tathatâ (có nghĩa là như thế / ainsité / suchness, và chính Đức Phật cũng tự gọi mình là "Như Lai" tức có nghĩa là "Như Thế"): dhamma là như thế thì cứ là như thế, không thể khác hơn được. Chỉ toàn là dhamma. "Tất cả mọi thứ" đều có nghĩa là dhamma: không có một thứ dhamma nào lại không hàm chứa trong "tất cả mọi sự vật".

Trái lại Dhamma đích thật (tức là Đạo Pháp, viết chữ hoa và thuộc số ít) thì dù thuộc vào lãnh vực nào, cấp bậc nào hay thể loại nào thì cũng đều nhất thiết là tánh không, hoàn toàn trống không về "cái ngã" (Đạo Pháp là vô ngã). Tóm lại chúng ta phải nhìn thấy tánh không hàm chứa trong tất cả mọi sự vật, hoặc nói một cách đơn giản hơn là trong tất cả các dhamma (xin ghi chú thêm là khi Buddhadasa nêu lên quan điểm về tánh không nơi tất cả mọi hiện tượng như trên đây thì một cách gián tiếp ông đã đến gần với "cách hiểu" của Đại Thừa về khái niệm này). Theo phép suy luận lô-gic (dựa vào sự hợp lý) thì chúng ta sẽ có các phương trình như sau:

Tất cả mọi sự vật = đều là dhamma

Tất cả mọi sự vật = đều là tánh không

Các dhamma = đều là tánh không

(trên đây là ba vế của tam đoạn luận - syllogism -: tất cả mọi người đều chết, Aristoteles là người, Aristoteles cũng sẽ chết)

Người ta có thể trình bày khái niệm trên đây bằng nhiều cách khác nhau (nhiều cách giải thích khác nhau về tánh không) thế nhưng điều thật sự quan trọng và cần phải hiểu thì cũng không có gì khác hơn là chính bản chất của sự trống không. Chúng ta không được bám víu vào bất cứ thứ gì để xem đấy là "cái tôi" và cái "của tôi". Đấy là cách giúp chúng ta nhận thấy một cách minh bạch tánh không là bản chất của tất cả mọi sự vật. Chỉ khi nào loại bỏ được tất cả mọi thứ tư duy sai lầm (cho rằng có "cái tôi" và cái "của tôi") thì khi đó chúng ta mới có thể nhận thấy được cái bản chất ấy. Nếu muốn quán thấy được tánh không thì cần phải có pannâ (hay nana, jnana, tức là trí tuệ hay bát-nhã), là một thể dạng hiểu biết tinh khiết đã loại bỏ được mọi thứ u mê tâm thần.

Các thứ dhamma của vô minh

Ngoài ra cũng có thêm một thứ dhamma nữa gọi là dhamma của vô minh hay của sự hiểu biết sai lầm, tức là những phản ứng phát sinh từ sự tiếp xúc giữa tâm thức và thế giới vật chất. Như đã được trình bày trên đây, khi dhamma tâm thức tiếp xúc với dhamma mang tính cách vật chất (matérialité / materiality / tức là những gì mang tính cách cụ thể hay thực thể) thì tức khắc một phản ứng sẽ phát sinh dưới hình thức giác cảm, và từ giác cảm đó sẽ đưa đến hoặc là không đưa đến một xúc cảm (cảm tính). Tiếp theo đó, người ta có thể sẽ ngả theo hoặc con đường của sự u mê (vô minh) hoặc con đường của sự quán thấy sáng suốt, tất cả đều do sự tác động của các điều kiện bên ngoài (bối cảnh) và bản chất thuộc vào thể loại dhamma đó (tức sự hiểu biết hay ô nhiễm tâm thần). Dhamma của vô minh thì cũng chẳng phải là gì khác hơn là dhamma của sự nắm bắt và bám víu vào "cái tôi" và cái "của tôi", là những thứ hoàn toàn mang tính cách ảo giác. Vì thế cũng nên hiểu đấy cũng chỉ là một thứ dhamma (như tất cả các dhamma khác). Bản chất đích thật của nó cũng chỉ là tánh không.

Vô minh là tánh không, sự quán thấy minh bạch hay nibbanâ cũng là tánh không; tất cả cũng chỉ là dhamma. Nếu nhìn những thứ ấy đúng như thế thì chúng ta cũng sẽ hiểu được rằng chúng hoàn toàn trống không về cái ngã. Tuy rằng các dhamma trong lãnh vực của vô minh vẫn là "một" với tánh không, thế nhưng chúng vẫn còn tiếp tục làm phát sinh ra ảo giác về "cái tôi". Do đó chúng ta phải thật cảnh giác đối với các dhamma của sự nắm bắt và bám víu cũng như của sự quán thấy sai lầm về mọi sự vật - tất cả đều gồm chung trong thuật ngữ "tất cả mọi sự vật".

Nếu chúng ta quán thấy được một cách minh bạch tất cả mọi sự vật thì sự bám víu mang đầy u mê sẽ không thể phát sinh ra được. Ngược lại nếu sự quán thấy của chúng ta thiếu minh bạch và chúng ta chỉ biết nhắm mắt chạy theo các bản năng thú tính của mình một cách dại dột và sai lầm, thì đấy cũng chẳng khác gì như tự mở cửa ngày càng rộng hơn để đón rước các thứ dhamma của vô minh.

Nắm bắt và bám víu là một thứ di sản lưu truyền trong con người chúng ta từ muôn thuở (có thể hiểu như một thứ bản năng sinh tồn chung cho tất cả mọi sinh vật, thế nhưng đối với con người thì bản năng đó ảnh hưởng bởi giáo dục và trí thông minh đã trở thành những thứ xung năng mang tính cách chủ động - nắm bắt và bám víu - vượt xa bản năng sinh tồn nguyên thủy. Thí dụ như con người không còn "kiếm ăn" nữa mà biết tích lũy của cải, gởi tiền trong ngân hàng, mưu mô, lường gạt, đưa đến bạo động và cuối cùng là chiến tranh). Nếu quan sát và phân tích thật kỹ thì chúng ta cũng sẽ thấy rằng những người chung quanh chúng ta chẳng những luôn tìm cách khuyên dạy chúng ta bắt chước theo họ - dù vô tình hay cố ý - để cùng bước với họ vào con đường vô minh mà hơn nữa họ còn chỉ dạy cho chúng ta cách thức phải bám víu vào "cái tôi" và cái "của tôi" như thế nào (một sự nhận xét thật sâu sắc, tuy nhiên cũng có thể mở rộng hơn cách nhìn đó: không phải những sự "chỉ dạy" ấy chỉ giới hạn trong lãnh vực giữa các cá nhân với nhau mà thật ra thì các thứ giáo thuyết, chủ nghĩa, tuyên truyền, quảng cáo, báo chí cũng như các phương tiện truyền thông... trong đó kể cả mạng lưới internet, chẳng phải là những phương tiện nhằm để khích động chúng ta, xui dục chúng ta bước theo những người khác trên con đường "vô minh" và "bám víu" vào "cái tôi" và cái "của tôi" dưới đủ mọi hình thức hay sao? Đâu phải chỉ có cha mẹ, anh em, bạn bè, thân thuộc, xóm giềng, thầy cô... mới là những người làm gương và dạy cho chúng ta những thứ ấy. Vì thế một người tu hành - tại gia hay nơi chùa chiền - nếu muốn thoát khỏi mạng lưới vô minh dầy đặc đang bao phủ, giam hãm và siết chặt lấy mình, xui dục mình bám víu vào cái ngã của mình thì phải cần đến một sự quán thấy minh bạch và một nghị lực phi thường). Họ không bao giờ tập cho chúng ta biết nhìn vào bản chất vô ngã của mọi sự vật. Trẻ con chẳng những không bao giờ được chỉ dạy về những thứ ấy, mà hơn thế nữa người lớn còn luôn tìm cách đối thoại với chúng dưới tư cách là những cá thể hoàn toàn biệt lập (có nghĩa là một cá thể độc lập tách rời ra khỏi những đứa trẻ như là một chủ thể cách biệt nhằm để chỉ dạy cho chúng, và những sự chỉ dạy ấy cũng chỉ là các cách củng cố thêm cảm tính về "cái tôi" và cái "của tôi" của chúng và của chính mình). Một đứa bé mới sinh ra đời chưa có cảm tính về một "cái tôi" biệt lập trong tâm thức của nó, sau đó thì nó mới dần dần nhận biết được cảm tính ấy xuyên qua môi trường chung quanh nó. Khi mới mở mắt chào đời và bắt đầu ý thức được một thứ gì đó thì người lớn tập cho nó bám víu vào đấy: đây là cha "của nó", mẹ "của nó", gian nhà "của nó", thức ăn "của nó"; kể cả cái đĩa đựng thức ăn cũng là "của nó" và không ai được sử dụng cái đĩa ấy "của nó"! (thí dụ khi nó va đầu vào góc bàn chẳng hạn thì nó tự ý thức được là góc bàn không phải là nó, tức không phải "cái tôi" của nó, hoặc người lớn khi trông thấy nó bị va đầu thì dạy nó phải cẩn thận tránh xa góc bàn, hoặc lấy tay đánh góc bàn để trừng trị một thứ gì đó khác với nó và đã gây ra đau đớn cho nó. Đấy là cách gián tiếp củng cố "cái tôi" bên trong tâm thức của nó. Tóm lại giáo dục, môi trường và sự sống thường xuyên tạo ra cảm tính về "cái tôi" bên trong tâm thức của đứa bé. Cái tôi" ấy lại tiếp tục biến đổi dưới tác động của những điều "học hỏi" mới và các "kinh nghiệm" mới, và cả các biến đổi mới trên thân xác của nó, để tạo ra một "cái tôi" mới khác hơn với "cái tôi" mà nó đã có trong những giây phút trước đó, trong những ngày hay những năm trước đó và để dần dần chuyển thành "cái tôi" của một người trưởng thành, của một người cha, một người mẹ, của một người già đang hấp hối. "Cái tôi" đang tuần tự biến đổi trong kiếp sống này của mỗi cá thể qua những "thể dạng" khác nhau - trẻ thơ, trưởng thành, già nua - như vừa thấy và sau cùng thì sẽ nhờ vào cái chết để trở thanh "cái tôi" của một đứa bé khác dưới một tên gọi khác và mang theo với nó các thứ hiểu biết và các kinh nghiệm từ trước dưới hình thức những vết hằn ghi đậm trên dòng tri thức liên tục của nó. Trong kiếp sống mới nó có thể sẽ bị va đầu vào một góc bàn để ý thức được một "cái tôi" mới. Đấy là quá trình vận hành của "cái tôi" trong kiếp sống hiện tại và cả trong tương lai. Bám víu vào "cái tôi" để tạo ra cho mình những sự lầm lẫn và những xúc cảm bấn loạn là một sự sai lầm, và nắm bắt lấy "cái tôi" ấy để xem nó là một thứ linh hồn trường tồn bất biến cũng sẽ là một thứ sai lầm khác nữa). Quá trình vận hành vượt khỏi sự ý thức của mình - hay sự hình thành của một "cái tôi" trong tri thức và sự phát triển của nó - là một sự diễn tiến theo đúng với các quy luật chi phối nó (quy luật tương liên, nguyên nhân hậu quả...). Trái lại, cảm tính về sự vắng mặt của "cái tôi" thì lại không bao giờ hiển hiện lên, do đó suốt trong khoảng thời gian từ khi còn bé cho đến lúc trưởng thành, một cá thể tiếp tục chất chứa đầy những sự bám víu và những thứ u mê tâm thần do chính những sự bám víu ấy gây ra. Đối với cá thể ấy "cái tôi" chính là sự sống và sự sống cũng chính là "cái tôi". Thế nhưng khi mà bản năng của sự bám víu vào "cái tôi" bắt đầu được xem như là một sự sống bình thường với tất cả ý nghĩa của nó, thì sự sống đó cũng sẽ bị buộc chặt vào dukkha (khổ đau). Cái tôi đó trở nên thật nặng nề và ngột ngạt, bế tắc, rát bỏng và thật đớn đau (đôi khi chúng ta ngồi khóc hay cười một mình, lo buồn hay hớn hở, hối tiếc hay hy vọng, giận dữ hay yêu thương..., thì đấy là một vài hình thức bế tắc thật nặng nề mà Buddhadasa muốn nêu lên) - tóm lại là một cuộc sống hàm chứa mọi triệu chứng của dukkha.

Tóm lại, mỗi khi xảy ra sự nắm bắt và bám víu vào bất cứ gì, kể cả những thứ tốt đẹp nhất thì tức khắc sẽ sinh ra khổ đau. Nếu nhìn theo cách đó thì những gì mà thiên hạ cho là tốt thì thật ra cũng chỉ là một sự sai lầm hay là mang tính cách tệ hại bởi vì "cái tốt" cũng là một hình thức của "dukkha" - một thứ dukkha đã được thuần hóa, thế nhưng đấy vẫn là dukkha, chẳng qua bởi vì tâm thức không trống không và luôn bị bấn loạn. Chỉ khi nào tâm thức trống không và vượt lên trên cái tốt cũng như cái xấu thì khi đó mới loại bỏ được dukkha.

Thật vậy, khái niệm quan trọng nhất trong giáo huấn Phật Giáo có thể tóm lược thật chính xác bằng câu sau đây: "Tuyệt đối không được bám víu vào bất cứ gì cả" ("sabbe dhamma nalam abhinivesaya"). Câu này cũng có nghĩa là phải loại bỏ hoàn toàn mọi sự nắm bắt và bám víu vào mọi sự vật để xem đấy là "cái tôi" và cái "của tôi". Thật ra cũng chỉ có thế, nào có gì khó hiểu đâu!

Khi nào chúng ta vẫn còn nhận diện mình qua những sự bám víu, và khi những sự bám víu ấy đã trở thành một với chính mình, thì khi đó chúng ta cũng sẽ không còn làm được bất cứ gì nữa. Vậy khi tâm thức mình đã rơi vào tình trạng đó thì ai sẽ có thể giúp mình được? Câu trả lời sẽ là: (chẳng có ai cả) chỉ có tâm thức mình mới có thể giúp được mình mà thôi. Như đã trình bày trên đây là không có bất cứ thứ gì không phải là dhamma: sự sai lầm là một dhamma, sự thật cũng là một dhamma, dukkha (khổ đau) là một dhamma, sự đình chỉ của dukkha (sự giải thoát) là một dhamma, phương tiện làm đình chỉ dukkha (Đạo Pháp) cũng là dhamma, tâm thức là dhamma, thân xác là dhamma. Vì thế khi tất cả chỉ là dhamma thì giải pháp nhất thiết cũng sẽ phải nằm trong chính tâm thức (tất cả đều là tâm thức), dựa vào một cách vận hành thích nghi với nó.

Xứng đáng (merite / phù hợp với đạo đức / tiếng Pa-li là punna) hay không xứng đáng (demerit / thiếu đạo đức / tiếng Pa-li là papa) thì cũng đều tùy thuộc vào chính chúng ta. Nếu sự tiếp xúc với thế giới mang lại trí tuệ thì đấy là điều xứng đáng. Nếu sự tiếp xúc với thế giới mang lại sự đần độn và các ý nghĩ sai lầm thì đấy là điều không xứng đáng.

Nếu quan sát mọi sự vật thật cẩn thận thì chúng ta sẽ nhận thấy là tất cả mọi con người khi sinh ra đều ngang hàng nhau: ấy là mỗi người đều có mắt, tai, mũi, lưỡi, thân xác và tâm thức, mỗi người đều cảm nhận được hình tướng, âm thanh, mùi, vị, các sự nhận biết của xúc giác và các đối tượng tâm thần (tức là các thứ tư duy, ảo giác, sự tưởng tượng, các ước vọng, ý đồ, các thứ xúc cảm...). Mỗi người trong chúng ta đều có dịp tiếp xúc với các thứ ấy, và sự tiếp xúc đó xảy ra giống nhau đối với tất cả mọi người. Vậy thì tại sao lại có sự phân cách giữa những người bước theo con đường đần độn, không xứng đáng, xấu xa và những người bước theo con đường của trí tuệ, của sự xứng đáng và những điều tốt lành?

Các dhamma xấu vẫn có một khía cạnh tích cực (lợi ích). Thật thế chúng là một sự che chở đích thật cho mọi người nếu nhìn theo một khía cạnh nào đó, chẳng hạn như khi đau khổ thì đấy là một dịp để rút tỉa thêm cho mình một bài học (tức là những "kinh nghiệm" sống). Một đứa trẻ bị bỏng khi đưa tay vào lửa thì nó sẽ hiểu rằng phải cẩn thận hơn. Đối với các vật thể vật chất thì tương đối dễ buông bỏ, thế nhưng đối với sự nắm bắt, bám víu, thèm muốn, ghét bỏ và những thứ tư duy sai lầm thì trong số hầu hết chúng ta không mấy ai ý thức được là mình đang đút tay vào cái đống than hồng ấy. Chẳng những thế, chúng ta lại còn xem đấy là những gì thật tuyệt hảo và đáng để cho mình thèm muốn. Đấy cũng có nghĩa là mình chẳng hề rút tỉa được một bài học nào cả.

Chỉ có một phương thuốc chữa trị duy nhất là phải làm thế nào để có thể ý thức được bản chất đích thật của những thứ dhamma ấy để hiểu rằng chúng chỉ là một đống than hồng mà chúng ta không được nắm bắt và bám víu vào đấy (có thể đây là ý rút ra từ bài kinh Adittapariyaya-sutta trong Samyutta-Nikaya IV, tức là bài Kinh: "Tất cả đều bốc cháy" - có thể xem phần chuyển ngữ của bài kinh này trên Thư

Viên Hoa Sen). Đấy chính là con đường của trí tuệ, của sự học hỏi kinh nghiệm, để hiểu rằng mỗi khi nắm bắt bất cứ một thứ gì và xem đấy là "cái tôi" hay cái "của tôi", thì ngọn lửa sẽ bùng lên ngay. Không phải đơn giản là một ngọn lửa làm cho bỏng tay mà đúng hơn là một ngọn lửa thiêu rụi cả con tim lẫn tâm thức của mình. Đôi khi nó đã ngún sâu đến độ khiến chúng ta không ý thức được đấy là một ngọn lửa đang bùng cháy và chúng ta cứ thế mà tiếp tục lao mình vào đống than hồng của vòng luân chuyển giữa sự sinh và cái chết. Đấy là ngọn lửa thuộc loại nóng bỏng nhất, nóng hơn cả một cái lò điện. Đấy là trường hợp có thể xảy ra cho chúng ta, nếu chúng ta không học được bài học của một đứa bé bị bỏng là không nên đưa tay vào lửa.

Đức Phật đã từng giảng rằng chỉ khi nào tâm thức quán thấy được hậu quả của khổ đau do sự nắm bắt và bám víu mang lại thì khi đó nó mới hiểu rằng phải nên buông bỏ. Vì thế vấn đề then chốt sẽ là: chúng ta có nhìn thấy được hậu quả khổ đau do sự nắm bắt và bám víu mang lại hay không? Nếu không thì chúng ta chưa hề biết buông bỏ là gì, và nếu chưa buông bỏ thì chúng ta sẽ không trống không. Trong một lần thuyết giảng khác Đức Phật có nói rằng mỗi khi quán thấy được tánh không thì người ta sẽ tìm thấy sự toại nguyện trong thế giới của nibbanâ. Chỉ khi nào người ta bắt đầu quán thấy được sự phi-hiện-hữu của cái ngã thì khi đó tâm thức mới có thể hiểu được rằng chỉ nên tìm sự toại nguyện trong thể dạng của nibbanâ mà thôi. Tất cả những gì nhận biết được qua trung gian của các giác quan và tâm thức thì đều được gọi chung là "lãnh vực" giác cảm (ayatana /sphère des sens / sphere of senses / "thế giới" giác cảm). Có lẽ cũng nên mượn dịp này để nêu lên rằng nibbanâ cũng chỉ là một thứ "lãnh vực" (sphere / thế giới, cõi) bởi vì nó cũng chỉ đơn giản là một đối tượng của sự hiểu biết. Phải thật hết sức đần độn mới không nhận ra được điều này! (nibbanâ, thiên đường hay cõi cực lạc... thì cũng đều là các "đối tượng nhận biết" của tâm thức - nôm na là tưởng tượng - bởi vì chưa hề có ai trông thấy được các dhamma ấy bên ngoài tâm thức của chính mình cả). Chúng ta sẽ chỉ có thể nhận biết được nó khi nào chính mình đã cảm nhận được sự trống không của mình, bởi vì khi đã buông bỏ được sự nắm bắt và bám víu thì khi đó chúng ta mới sẽ tìm thấy sự toại nguyện trong "thế giới" (sphere / cõi, lãnh vực) của nibbanâ. Thế nhưng như tôi đã nói đến trên đây, điều ấy thật hết sức khó bởi vì cuộc sống của chúng ta luôn bị tràn ngập bởi mọi sự bám víu vào các sự vật, và cho đến khi nào sự bám víu ấy không giảm xuống thì cũng sẽ không có sự trống không, và nếu không có sự trống không thì cũng sẽ không thể nào có sự toại nguyện trong thế giới của nibbanâ (hay trong cõi niết-bàn) được.

Chúng ta có thể kiểm chứng sự kiện này khi nhìn vào các tôn giáo khác. Thật vậy khái niệm về thể dạng không-bám-víu vào "cái tôi" và cái "của tôi" không hề có trong các tôn giáo khác - tại sao lại như thế? Bởi vì các tôn giáo ấy đều nêu lên một "cái tôi" và nhất thiết phải bám víu vào đấy. Vì nhận thấy chẳng có gì tỏ ra sai lầm nên người ta xem đấy là đúng, do đó việc đạt được Cái Ngã (hay là Linh Hồn, nói cách khác và dưới một hình thức khác thì đấy là mong muốn làm thoả mãn được sự thèm khát và thực hiện được ước vọng của mình) sẽ trở thành mục đích của tôn giáo (nói chung). Đối với giáo huấn Phật Giáo thì hoàn toàn ngược lại, sự bám víu vào "cái tôi" nhất thiết phải được xem như là một sự quán nhận sai lầm về mọi sự vật, một sự lầm lẫn hoàn toàn đần độn của sự nhận thức, do đó chủ đích tu tập của Phật Giáo là phải loại bỏ bất cứ một khái niệm nào đại loại như thế. Thật vậy, giáo huấn về vô-ngã chỉ có trong Phật Giáo. Khác với các tín ngưỡng chủ trương có một cái ngã hầu để bám víu vào đấy hoặc là phải đạt được nó, chúng ta (những người Phật Giáo) chủ trương phải loại bỏ hoàn toàn ý nghĩ về sự hiện hữu của cái ngã hầu để có thể cảm nhận được thể dạng vô-ngã, một thể dạng hoàn toàn trống không về cái ngã của tất cả mọi sự vật.

Tóm lại chỉ có Phật Giáo là nói đến vô-ngã. Sự hiểu biết và nhận thức về khái niệm đó chỉ có thể phát hiện nơi những người đã được học hỏi rằng: tất cả mọi sự vật (dhamma) đều vô-ngã và nhất thiết không được bám víu vào bất cứ gì. Nếu đã được học hỏi rằng cái ngã thật sự hiện hữu và phải bám víu vào đấy thì sau này quả thật sẽ không còn phương cách nào có thể giúp thực hiện được thể dạng phi-hiện-hữu của cái ngã ấy nữa.

Thật vậy, khi nào đã nhận biết được là lửa có thể làm bỏng tay thì chúng ta mới ý thức được một cách thật minh bạch sự nguy hiểm của mọi sự vật làm nguyên-nhân-cội-rễ khiến ngọn lửa bùng lên - đấy là các ngọn lửa của sự thèm muốn, ghét bỏ và vô minh, của sự nắm bắt và bám víu, nhờ đó dần dần chúng ta sẽ chán ngấy những thứ ấy và mong cầu loại bỏ được chúng, hầu có thể giúp mình đủ sức để buông bỏ và không còn muốn làm cho các ngọn lửa bùng lên nữa.

Chẳng có gì là tôi và cũng chẳng có gì là của tôi cả

Đến đây chúng ta hãy bàn luận về ý nghĩa của chữ "tánh không". Trên đây chúng ta đã khẳng định rằng khi nào cảm nhận được nó thì khi ấy chúng ta cũng sẽ tìm thấy được sự toại nguyện của nibbanâ. Chúng ta phải ý thức thật rõ ràng rằng tánh không ở cấp bậc tiên khởi chỉ biểu trưng cho một sự vắng mặt của cảm tính về "cái tôi" và cái "của tôi". Khi nào cảm tính ấy vẫn còn hiện diện trong tâm thức thì nó sẽ không thể nào trống không được, nó vẫn còn tiếp tục bị xao động bởi sự nắm bắt và bám víu. Nhằm mục đích thống nhất cách trình bày, nên mỗi khi nói đến chữ "trống không" thì đấy có nghĩa là thể dạng thoát khỏi mọi cảm tính về cái ngã và những gì thuộc vào cái ngã; mỗi khi nói đến sự "xao lãng" thì đấy có nghĩa là sự hoang mang, hay thể dạng bấn loạn tâm thần liên quan đến cảm tính cho rằng mình là một "cái tôi" và có được các sự vật mà mình xem đấy là "của tôi".

Vậy thể dạng thoát khỏi cảm tính cho rằng mình là một "cái tôi" sẽ hàm chứa những đặc tính như thế nào? Kinh Sách có ghi chép một bài thuyết giảng của Đức Phật nêu lên bốn điểm lên quan đến vấn đề này. Hai điểm đầu tiên là:

1- Cảm tính nhận biết chẳng có thứ gì là "tôi" cả - (na aham kavacini).

2- Không một chút lo lắng và nghi ngờ nào về bất cứ một thứ gì có thể là "tôi" cả - (na kassaci kincanam kisminci).

Hai điểm kế tiếp là:

3- Cảm tính nhận biết không có gì là "của tôi" cả - (na mama kavacini).

4- Không một chút lo lắng và nghi ngờ nào về bất cứ một thứ gì là "của tôi" cả - (kisminci kincanam natthi).

(đây là bài kinh Ananjasappaya Sutta, thuộc Majjhima Nikaya / Trung Bộ Kinh - MN, 106).

Dù chúng ta ý thức được rằng không có gì có thể là "tôi" cả, thế nhưng đôi khi cũng có thể có một sự nghi ngờ nào đó là biết đâu cũng có một thứ gì đấy có thể "là tôi". Chúng ta cảm thấy không có bất cứ thứ gì có thể là "của tôi", thế nhưng chúng ta cũng không thể ngăn cản được sự nghi ngờ cho rằng biết đâu còn có một cái gì đó (mà mình không biết được) cũng có thể là "của tôi". Phải thật minh bạch và dứt khoát, phải đạt được một sự hiểu biết vững chắc không thể lay chuyển rằng không có gì là cái ngã cả, không có bất cứ gì có thể làm cho chúng ta phải lo ngại về sự hiện hữu của một cái ngã; không có gì thuộc vào một cái ngã cả, và cũng không có bất cứ một thứ gì có thể bào chữa hay biện minh cho sự lo ngại về một cái gì đó biết đâu cũng có thể là của cái ngã.

Đức Phật bảo rằng khi nào tâm thức thoát ra khỏi bốn thứ ấy thì người ta mới có thể trở thành trống không được. Các lời bình giải (trong các kinh sách) mô tả sự kiện này một cách thật ngắn gọn và chính xác bằng một câu như sau: "Không được xem bất cứ gì là cái ngã và cũng không được xem bất cứ gì thuộc cái ngã cả" - thiết nghĩ giải thích như thế cũng đã quá đủ.

Hãy thử hình dung ra một thể dạng không nắm bắt các vật thể nhằm bám víu vào đấy, để thử tìm hiểu xem là nó sẽ như thế nào? Đấy là một thể dạng mà người ta quán nhìn vào tất cả mọi thứ và hiểu rằng thật sự ra thì không có bất cứ thứ gì đã, đang và sẽ mang một tiềm năng để trở thành cái ngã hay là một thứ gì thuộc vào cái ngã cả. Không có cái ngã trong hiện tại vì thế cũng không có lý do gì để e ngại là có một cái ngã trong quá khứ, hay trong tương lai. Đấy là cách tâm thức thực hiện được tánh không nhờ vào sự quán thấy minh bạch rằng tuyệt đối không có bất cứ thứ gì có thể biện minh cho ý nghĩa hàm chứa trong các thuật ngữ "cái tôi" và cái "của tôi" cả (nói đơn giản hơn là "cái tôi" và cái "của tôi" không hàm chứa một ý nghĩa nào cả hay nói cách khác là hoàn toàn vô nghĩa). Tất cả đều là dhamma, tức là các các yếu tố thiên nhiên. Một thể dạng tâm thức như thế chính là tánh không. Nếu chúng ta bảo rằng tâm thức thực hiện được hay đạt được tánh không, thì một số người cũng có thể sẽ hiểu lầm là tâm thức và tánh không là hai thứ khác nhau, và nếu đúng như thế thì sẽ không còn cách nào giúp mình có thể hiểu được tánh không là gì. Tâm thức trong thể dạng tự nhiên của nó là tánh không. Sự đần độn chi phối nó và ngăn chận sự quán thấy tánh không của nó chỉ là những gì từ bên ngoài thâm nhập vào nó. Vì thế khi nào sự đần độn đã bị loại bỏ ra khỏi tâm thức thì tâm thức và tánh không cũng sẽ trở thành một. Vào chính lúc đó tâm thức sẽ nhận ra chính nó. Không cần phải đi đâu xa để nhận biết được các đối tượng mà nó đang tìm kiếm: tự nó đã hàm chứa sẵn sự hiểu biết về tánh không, nó chỉ cần đơn giản ý thức được là nó phải thoát ra khỏi sự chi phối của "cái tôi" và những gì có thể trở thành những cái "của tôi" (để nhìn thấy tánh không hay là chính nó).

Tánh không là giáo huấn của Đức Phật, không có một lời thuyết giảng nào của Ngài lại không liên quan đến tánh không. Trong Tương Ưng Bộ Kinh (Samyutta Nikaya) Đức Phật có nói rằng giáo huấn sâu xa nhất là những lời thuyết giảng về tánh không, tất cả các chủ đề khác đều là thứ yếu. Ngài còn nói thêm là chủ đề nói về tánh không sâu sắc đến độ phải cần đến một Sinh Linh Giác Ngộ để có thể giảng dạy trong thế giới này (chúng ta cũng có thể nhìn vào các sách vở "Phật Giáo" và những bài viết về "Phật Giáo" lan tràn khắp nơi và cả trên mạng internet, để thấy rằng phần lớn chỉ là các sách vở và bài viết thuộc loại "chạy vòng ngoài" phản ảnh xu hướng và xung năng của người viết hơn là giáo lý của Đức Phật. Đã gọi là "chạy vòng ngoài" thì nếu càng chạy nhanh thì sức "ly tâm" cũng sẽ càng mạnh và càng khiến cho tất cả mọi thứ - bài viết, người viết cũng như người đọc - càng bị bắn ra xa hơn với Đạo Pháp và sự giác ngộ).

Tánh không nằm trong tầm tay của tất cả mọi người

Trong một phân đoạn khác của bộ kinh này Đức Phật có nói rằng tánh không lúc nào cũng là một nguồn lợi ích hay một niềm an ủi và khích lệ lớn lao cho những người thế tục tức là tất cả những người thật bình dị trong thế giới này. Đoạn kinh trên đây có nêu lên một giai thoại kể lại một nhóm người thế tục tìm gặp Đức Phật. Họ thỉnh cầu Ngài hãy ban cho họ một bài giảng huấn có thể mang lại một sự lợi ích lâu dài và một niềm an vui cho những người thế tục như họ, tức có nghĩa là cho "những người có gia đình, còn bận bịu vợ con, còn bôi dầu đàn hương và xức nước hoa". Đức Phật bèn giảng cho họ bài kinh nói về tánh không trên đây. Nhóm người thế tục nói với Đức Phật rằng bài giảng này quá khó và họ không hiểu gì cả. Đức Phật bèn giảm xuống một bậc và giảng cho họ một phương pháp tu tập khác, ấy là cách giúp họ bước vào dòng chảy (bước vào dòng chảy có nghĩa là hòa mình với dòng suối đưa đến niết-bàn, và trên thực tế thì có nghĩa là phải quy y, đấy là cách giúp mình bước theo vết chân của Đức Phật), tức có nghĩa là thực hiện tinh thần đích thực của Phật, Dhamma (Đạo Pháp) và Sangha (Tăng Đoàn), và tuân thủ đạo đức (tu giới) khiến cho các vị Thánh Nhân khi trông thấy cũng phải toại nguyện. Thực ra thì đấy cũng chỉ là cách mà Đức Phật đã hướng họ vào một chủ đích khác (mang tính cách thực tế và cụ thể hơn và cũng dễ thực hiện hơn, tức là chỉ cần quy y và tích lũy đạo đức). Theo cách hiểu ngày nay thì có thể bảo đấy là một cách đánh lừa! Khi nhóm người thế tục bảo rằng họ không thích tánh không (chẳng những họ không hiểu đấy là gì mà cũng không biết phải làm thế nào để thực hiện được tánh không, bởi vì đối với họ đấy là một thứ gì quá trừu tượng, mơ hồ và không hiểu nổi) Đức Phật đành phải thay vào đấy bằng một thứ gì khác giúp họ không cần phải dựa vào tánh không. Thế nhưng thật ra thì họ cũng không thể tránh khỏi được tánh không, bởi vì Đức Phật đã ném về phía họ một sợi dây để kéo họ trở về với con đường thẳng. Thật vậy chỉ có một con đường duy nhất và đích thật để thực hiện tinh thần của Phật, Dhamma và Sangha và tuân thủ đạo đức khiến cho các vị Thánh Nhân cũng phải toại nguyện: đấy là con đường giúp mình lúc nào cũng nhìn thấy tính cách vô nghĩa của các hành động nắm bắt và bám víu của mình.

Quý vị có nghĩ rằng Đức Phật đã sai lầm khi cho rằng tánh không cũng liên quan đến người thế tục hay không? Nếu Đức Phật có lý (tức cho rằng tánh không cũng liên hệ đến người thế tục) thì chúng ta cũng có thể sẽ phải phát điên lên được và cảm thấy mình hoàn toàn sai lầm, bởi vì ngày nay chúng ta vẫn nghĩ rằng tánh không nào có phải là để nêu lên cho những người thường tình sống trong thế giới đâu (tức là những người thế tục), mà chỉ để dành riêng cho những ai hướng tất cả đời mình vào sự thực hiện cảnh giới của nibbanâ (tức là những người xuất gia) - dù cho họ không biết đích xác đấy là gì đi nữa.

Người ta vẫn thường nghĩ như vậy, thế nhưng Đức Phật thì lại nhìn mọi sự một cách khác hơn. Ngài dạy rằng tánh không là một sự lợi ích trước mặt tức là có thể mang lại niềm an vui cho người thế tục. Vậy thì ai có lý? Đức Phật hay là chúng ta? Nếu Đức Phật có lý thì chúng ta (Buddhadasa muốn nói đến những người thế tục đang ngồi nghe giảng) phải lo tìm hiểu sự thật trong những lời thuyết giảng của Ngài. Để thực hiện điều đó thì chúng ta cũng nên tự hỏi xem ai là những người khổ đau nhiều nhất, ai là những người có tâm thức bị thiêu đốt bởi trận hỏa hoạn và những đống than hồng? Nhất định đấy là những người thế tục! Nếu những ai bị bủa vây bởi trận hỏa hoạn thì phải lo tìm cách làm cho nó phải tắt đi, tức là phải triệt tiêu dukkha dưới tất cả mọi thể dạng của nó, phải xông pha trong chốn lửa bỏng, bởi vì không có bất cứ nơi nào an toàn để có thể giúp họ lẩn trốn: tất cả đều bốc cháy. Họ phải tìm cho mình giữa chốn lửa bỏng một nơi hoàn toàn mát mẻ. Cái nơi ấy chính là tánh không, một nơi không có cái ngã cũng không có bất cứ gì thuộc vào cái ngã cả.

Người thế tục phải biết khám phá ra cái tánh không đó để sống trong bầu không gian tỏa rộng của nó. Nếu không đủ sức để tạo cho mình một cuộc sống tại trung tâm của khung cảnh đó (của tánh không) thì ít ra cũng phải sống bên trong chu vi của khung cảnh đó với một sự hiểu biết đúng đắn (về tánh không) - đấy cũng là một cách mang lại sự an lành lâu bền cho người thế tục.

Nhóm người thế tục trên đây thỉnh cầu Đức Phật hãy giảng cho họ phải làm thế nào để tìm thấy một sự lợi ích lâu bền, Đức Phật trả lời rằng: "sunnatapppatysamyutta lokuttara dhamma" - tức có nghĩa là "dhamma được ghép thêm tánh không sẽ vượt lên trên thế giới". Vượt lên trên thế giới có nghĩa là vượt lên trên ngọn lửa. Thực hiện được tánh không có nghĩa là thoát khỏi mọi sự bám víu vào các sự vật để xem đấy là "cái tôi" hay cái "của tôi". Những lời giáo huấn ấy có thể xem như là một món quà mà Đức Phật ban tặng cho những ai đang sống trong thế giới này. Cũng chính vì thế mà tôi mong rằng quý vị hãy xét lại xem tại sao lại phải quan tâm đến tánh không đến thế, và cũng nên tự hỏi xem đấy có đúng là chủ đề duy nhất xứng đáng để đem ra học hỏi hay không? Trong Tương Ưng Bộ Kinh (Samyutta Nikaya), Đức Phật khẳng định rằng tánh không chính là niết-bàn, và niết-bàn thì cũng là tánh không, và tánh không thì có nghĩa là thoát khỏi mọi thứ ô nhiễm (những thứ u mê tâm thần) và khổ đau. Tóm lại là nibbanâ (niết-bàn) cũng nhất thiết liên quan đến người thế tục (có nghĩa là người thế tục cũng có thể tu tập để đạt được niết-bàn). Nếu những người thế tục chưa đủ sức để hiểu được nibbanâ là gì và cũng chưa đủ sức để hội nhập cuộc sống của mình vào khung cảnh của tánh không, thì đấy có nghĩa là họ vẫn còn sống trong lửa bỏng của hỏa hoạn và phải gánh chịu hiểm nguy nhiều hơn những người khác.

Niết-bàn ngay trong những giây phút

này

Ý nghĩa của chữ nibbanâ tất nhiên là sẽ mở rộng và bao hàm cả cấp bậc hoàn toàn vắng mặt mọi thứ ô nhiễm tâm thần là nguyên nhân mang lại khổ đau. Vì thế mỗi khi tâm thức trống không về "cái tôi" và cái "của tôi" thì đấy chính là nibbanâ. Hãy đưa ra một thí dụ, ngay lúc này và trong khi quý vị còn đang ngồi đây, thì tôi có thể bảo rằng tất cả hay ít nhất thì cũng gần như tất cả đều có một tâm thức vượt thoát tất cả các khái niệm về "cái tôi" và cái "của tôi", bởi vì không có bất cứ gì hiện đang xen vào để làm phát lộ ra cảm tính ấy. Khi chăm chú nghe tôi nói thì quý vị sẽ không còn để ra một khoảng trống nào cho cảm tính về "cái tôi" có thể hiện ra. Quý vị thử nhìn lại xem tâm thức mình ngay trong lúc này có thật sự trống không về "cái tôi" và cái "của tôi" hay không? Nếu như có một tánh không nào đó (tôi xin nhấn mạnh đến chữ "nào đó" bởi vì dù đấy không phải là một tánh không "đúng nghĩa" của nó mà thật ra chỉ là một thể dạng bất định của tánh không) thì cũng có nghĩa là quý vị đang ở trong khung cảnh (cõi, hay thế giới) nibbanâ (niết-bàn). Dù rằng đấy chưa phải là nibbanâ tuyệt đối và hoàn hảo, thế nhưng đấy cũng vẫn là nibbanâ.

Mỗi sự vật đều mang một ý nghĩa với ít nhiều sắc thái khác nhau, với các mức độ khác nhau và thuộc các trường hợp khác nhau. Nibbanâ trong tâm thức của từng quý vị ngay trong lúc này tương ứng với mức độ mà quý vị loại bỏ được cảm tính về "cái tôi" và cái "của tôi". Do đó tôi cũng mong rằng quý vị ý thức được sự vắng mặt đó của "cái tôi", luôn nhớ đến nó, tiếp tục giữ được nó khi quý vị trở về nhà. Khi về đến nhà thì biết đâu quý vị cũng có thể cảm thấy rằng mình bước chân vào gian nhà của một người nào khác, hoặc trong lúc làm một việc gì đó trong nhà thì mình có cảm giác là mình đang làm thay cho một người nào khác (không còn nhận ra "cái tôi" của mình nữa và có cảm tưởng như là một người khác đang làm không phải là mình) nhằm để hoàn tất công việc của người ấy. Cảm tính ấy tiếp tục ngày càng trở nên rõ rệt hơn và các thứ dukkha do gian nhà và các công việc trong nhà từng gây ra cho mình trước đây cũng sẽ theo đó mà biến mất. Lúc nào quý vị cũng giữ được thể dạng vượt thoát khỏi "cái tôi" và cái "của tôi". Đấy cũng tương tự như quý vị đeo lên ngực một lá bùa hộ mệnh gọi là nibbanâ hay tánh không (người dân Thái Lan thường đeo ở ngực một lá bùa hay thường hơn là một tượng phật nhỏ, quý nhất là những tượng Phật thật xưa, và xem đấy như là một thứ "bùa hộ mệnh"). Đấy là một cách giúp mình tránh khỏi mọi sự hiểm nguy và những điều bất hạnh. Đấy là lá bùa đích thật (tánh không hay niết-bàn trong tâm thức mình) mà Đức Phật đã ban cho chúng ta, tất cả những thứ khác đều là dị đoan (chỉ có tánh không dưới thể dạng niết-bàn thường trú trong tâm thức mình mới có thể giúp mình được mà thôi, tất cả các thứ bùa chú, nghi thức lễ lạc hoặc các sinh hoạt màu mè... chỉ là dị đoan hay nhiều lắm thì cũng chỉ là những gì phụ thuộc - upaya - mà thôi).

Nếu tôi cứ tiếp tục nói theo cách này thì quý vị cũng có thể sẽ nghĩ rằng tôi muốn rao bán món hàng của tôi, thế nhưng xin quý vị không nên xem tôi như là một người phô trương giá trị (thiêng liêng) của Đức Phật ở một nơi công cộng. Quý vị chỉ nên xem tất cả chúng ta chỉ là những người đồng hành khốn khổ đang bước trên con đường của sinh lão bệnh tử , thế nhưng toàn thể chúng ta cũng đều là đệ tử của Đức Phật. Nếu có những điều đã được nói lên nhằm giúp quý vị ý thức được những gì có thể mang lại lợi ích cho quý vị thì đấy là những điều đã được nói lên với tất cả thiện tâm của tôi. Những ai đã phát huy được trí tuệ của mình thì cũng sẽ tự động thấu triệt được những gì được trình bày trên đây, không cần phải tin vào lời tôi nói. Thật thế sự quán thấy về mọi sự vật sẽ mở ra cho chúng ta cánh cửa đưa đến một sự hiểu biết sâu xa hướng vào một sự thật tối thượng. Vậy đến đây chúng ta hãy đề cập đến chủ đề liên quan đến các thành phần (tiếng Pa-li là dhâtu, có thể dịch là thành phần, yếu tố..., kinh sách tiếng Việt gọi là cảnh giới, không gian hay yếu tố...).

Các loại thành phần (dhâtu)

Chữ dhâtu và chữ dhamma có cùng một gốc là chữ "dhr" và chữ này thì có nghĩa là "nắm giữ", "duy trì"..., tóm lại "thành phần" có nghĩa là một thứ gì đó có thể tự nó duy trì được nó - cũng tương tự như cách định nghĩa của chữ dhamma. Cũng giống như đối với dhamma, các thành phần gọi là biến đổi thì tự chúng duy trì được chính chúng ngay bên trong sự biến đổi của chúng, các thành phần không biến đổi thì tự chúng duy trì được chính chúng bên trong sự không-biến-đổi của chúng.

Vậy thành phần nào mà quý vị thấy rằng có thể liên kết nó với tánh không? Các nhà nghiên cứu về vật lý và hóa học chỉ biết đến các thành phần vật chất, tức là các thành phần tinh khiết (éléments chimiques / chemical elements / các nguyên tố hóa học, thí dụ như carbon, oxy...), tất cả gồm khoảng hơn một trăm thứ và người ta còn tiếp tục khám phá ra thêm. Các thành phần này không thể nào trống không được - hay ít ra phải định nghĩa nó một cách thật sâu xa để có thể nhìn thấy nó trống không, bởi vì đấy chỉ là những thành phần vật chất (đấy cũng chính là cách "hiểu" hay "giải thích" khác nhau về chữ tánh không giữa Theravada và các học phái triết học xưa như sravaka và pratyekabudha và Phật Giáo Đại Thừa. Các học phái "nguyên thủy" - theravada, sravaka, pratyekabudha - chủ trương sự vắng mặt của sự hiện hữu về một "cái tôi" mang tính cách cá thể, trong khi đó thì Phật Giáo Đại Thừa nói chung chủ trương sự vắng mặt của cái ngã đối với tất cả mọi hiện tượng - dhamma. Tuy nhiên cách giải thích về tánh không của Buddhadasa đôi khi cũng cho thấy khá gần với cách hiểu về chữ này trong các học phái Đại Thừa. Sự kiện này cho thấy tư tưởng của Buddhadasa "vượt xa" hơn giới hạn của một số khái niệm sẵn có của Theravada). Ngoài ra cũng có những thành phần phi-vật-chất, các thành phần thuộc tâm thần hay là tri thức, các thành phần này nằm bên ngoài các lãnh vực vật lý và hóa học. Phải học hỏi và nghiên cứu ngành khoa học do Đức Phật đưa ra mới có thể hiểu được các thành phần phi-vật-chất và phi-hình-tướng, là những gì phát xuất từ con tim và tâm thức. Tóm lại thì ít ra cũng có hai nhóm thành phần khác nhau như đã được trình bày trên đây (xin lưu ý đến chữ "ít ra", vì Buddhadasa sẽ còn nói đến một loại thành phần khác quan trọng hơn nhiều trong đoạn dưới đây).

Vậy người ta có thể quy định "tánh không" thuộc vào thành phần nào? Nếu có ai bảo rằng tánh không là một thành phần vật chất, thì tức khắc bạn bè chung quanh sẽ cười người này ngay. Một số những người khác thì bảo rằng đấy là một thành phần phi-vật-chất và phi-hình-tướng, thế nhưng trong trường hợp này thì lại đến lượt các vị Thánh Nhân đã đạt được giác ngộ ("Noble Ones" / "Nobles Êtres éveillés", nói chung đấy là các vị tu hành đắc đạo và uyên bác) sẽ cười họ. Thật vậy, tánh không là một thành phần không phải là vật-chất mà cũng không phải là phi-vật-chất, do đó phải có một thể loại thứ ba: đấy là một thứ thành phần mà những người bình thường không thể quán thấy được. Thành phần này được Đức Phật gọi là nirodhadhâtu - "thành phần của sự tắt nghỉ" (hay đình chỉ) - đây là thành phần làm cho tất cả các thành phần khác phải chấm dứt - hoặc còn gọi đấy là "thành phần không bao giờ chết". Tất cả các thành phần khác đều chết, bởi vì chúng mang bản chất phải gánh chịu cái chết (mọi hiện tượng hiện ra và biến mất như những ảo giác). Trái lại thành phần tắt nghỉ không liên quan gì đến sự sinh cũng như cái chết, hơn thế nữa nó còn biểu trưng cho sự tắt nghỉ hoàn toàn của tất cả các thành phần khác. Tánh không sống bên trong thành phần đó, chính vì thế mà người ta cũng có thể gọi thành phần tắt nghỉ là "thành phần của tánh không", và đấy cũng là thành phần đưa tất cả các thành phần khác trở về với tánh không (định nghĩa gián tiếp niết-bàn, tức là sự tắt nghỉ, và thể dạng liên đới với nó là tánh không một cách thật khéo léo và tuyệt vời).

Nếu quý vị muốn hiểu được là các thành phần nào khả dĩ khá thích hợp nhằm giúp mình hiểu được Dhamma (Đạo Pháp) thì trên đây là những gì mà quý vị cần phải thấu triệt. Không nên tin rằng chỉ cần hiểu được các thành phần đất, nước, khí và lửa là gì thì cũng đủ - đấy chỉ là những chuyện để giảng cho trẻ con nghe. Các thứ này đã được nói đến ngay cả trước thời kỳ của Đức Phật. Phải đẩy sự hiểu biết xa hơn nữa đến thành phần tri thức phi-vật-chất, thành phần không gian và sau hết là thành phần tánh không, tức là sự tắt nghỉ hoàn toàn của đất, nước, khí và lửa, kể cả tri thức và không gian. Thành phần tánh không là thành phần tuyệt vời nhất đã được nêu lên trong giáo huấn Phật Giáo.

Tóm lại: đất, nước, khí và lửa thuộc vào các thành phần vật chất. Tâm thức (spirit, mind), tri thức (consciousness, mental proceses) thuộc các thành phần phi-vật-chất. Nibbanâ (niết-bàn) tức là thành phần của tánh không thì thuộc vào các thành phần của sự tắt nghỉ (nirodhadhâtu). Quý vị cũng nên dành thì giờ để suy tư cẩn thận hơn về tất cả các thể loại thành phần cho đến khi nào hiểu được một cách thật minh bạch những gì vừa được tóm lược trên đây. Đấy sẽ là cách giúp quý vị khám phá ra thành phần nibbanâ và để hiểu được thấu đáo hơn các khái niệm về vô-ngã và tánh không mà chúng ta đang bàn thảo.

Tóm lại chúng ta có thể đưa ra một nguyên tắc như sau: trong sự nắm bắt và bám víu vào "cái tôi" và cái "của tôi" có cả hai thành phần vật-chất và phi-vật-chất, và trong sự vắng mặt của chúng thì lại có thêm thành phần tắt nghỉ. Nói một cách ngược lại thì người ta có thể bảo rằng nếu thành phần tắt nghỉ thâm nhập vào tâm thức thì người ta chỉ thấy toàn là tánh không: thể dạng thoát khỏi "cái tôi" và cái "của tôi" ấy sẽ phát lộ một cách thật rõ rệt. Nếu một thành phần khác (tức khác hơn với sự tắt nghỉ) thâm nhập vào tâm thức thì người ta sẽ nhìn thấy nó dưới các thể dạng như hình tướng, danh xưng, một vật thể trông thấy được, âm thanh, mùi, vị, một vật thể sờ mó được, hoặc là các giác cảm (thích thú, khó chịu), các thứ kỷ niệm, tư duy, tri thức, v.v... - tất cả đám hỗn tạp đó tham gia vào sự hiển hiện và biến mất của các hiện tượng (xin hiểu là quá trình hiển hiện và biến mất của mọi hiện tượng là một sự cảm nhận của tâm thức, do đó khiến chúng ta cũng có thể liên tưởng đến quan điểm về hiện tượng học của học phái duy thức), và dựa vào đó người ta sẽ phát lộ ra sự thích thú hay là ghét bỏ (sự minh bạch trong tâm thức của Buddhadasa và cách trình bày chính xác của ông đã đạt đến một mức độ khiến cho chúng ta phải bàng hoàng).

Thật vậy, chúng ta có hai thể dạng tâm thần nắm giữ một vai trò ưu thế hơn cả: đấy là sự toại-nguyện và bất-toại-nguyện. Đấy là hai cách phản ứng đã trở nên quá quen thuộc với chúng ta (thật thế không mấy khi chúng ta giữ được một thể dạng trung hòa, khi một giác cảm xảy ra - nhìn thấy một hình tướng, nghe thấy một âm thanh, ngửi thấy một mùi... - thì tức khắc chúng ta đánh giá ngay những thứ ấy bằng sự thích thú hay khó chịu và không thể giữ được một thể dạng "vô tư"). Người khác dạy chúng ta cách phải làm thế nào để chiếm hữu những gì mà mình thèm muốn (dạy mình phải cố gắng học hành để kiếm được nhiều tiền chẳng hạn, thế nhưng mình thì lại chỉ thích... lười biếng), hay là để loại bỏ hoặc lẩn tránh những gì mà mình cảm thấy khó chịu (thí dụ như mình lo buồn thì người khác dạy mình đừng nghĩ đến quá khứ, thế nhưng mình thì lại cứ quay về quá khứ hoặc hướng vào tương lai và không thể nào "cột" tâm thức vào hiện tại được). Đấy là một sự xao động thường xuyên, nó không để cho tâm thức có thể tìm thấy được sự trống không. Nếu muốn cho tâm thức trống không thì chúng ta phải vượt xa hơn những gì vừa trình bày trên đây, tức có nghĩa là phải vượt thoát khỏi những thành phần gây ra sự bấn loạn, hầu giúp mình hòa nhập vào tâm điểm của tánh không.

Ba thành phần giúp đưa đến niết-bàn

Nhằm để nêu lên các đặc tính của các thành phần khác nhau, Đức Phật đã phân chia chúng ra thành ba thể loại. Trước hết Ngài nêu lên thể loại gọi là nekkhamadhâtu - "thành phần của sự từ bỏ" như là một nguyên nhân đưa đến sự rút lui ra khỏi thế giới tham dục (sensuality - tức là rút lui ra khỏi thế giới dục tính hay là bối cảnh gia đình); sau đó là thành phần arupadhâtu - "thành phần phi-vật-chất" - như là một nguyên nhân đưa đến sự rút lui ra khỏi thế giới vật chất; thành phần thứ ba là nirodhadhâtu - "thành phần của sự tắt nghỉ" - tức là sự rút lui khỏi thế giới trói buộc (monde conditionné / conditioned world / thế giới hiện tượng sinh khởi qua sự trói buộc và chi phối của quy luật nguyên nhân và hậu quả).

Nếu đủ sức nhìn thấy được thành phần của sự từ bỏ thì cũng có nghĩa là đã đủ sức rút lui khỏi thế giới tham dục, bởi vì đấy là thể dạng đối nghịch với nó. Thường trú trong thành phần của sự từ bỏ là cách không để cho mình bị thiêu rụi bởi ngọn lửa tham dục (sensuality / dục tính. Một người "tại gia" không xem phim ảnh nhảm nhí, không để cho tâm thức mình bị xâm chiếm bởi những thứ tưởng tượng bệnh hoạn kích động bởi bản năng dục tính, không bị thu hút bởi hình ảnh của người khác phái - hay đôi khi cũng có thể là đồng tính - thì cũng có thể thực hiện được khía cạnh nào đó của một người "xuất gia"). Một tâm thức khi đã loại bỏ được thế giới của sự thèm muốn giác cảm tất sẽ hàm chứa được thành phần của sự từ bỏ.

Những người từ bỏ được những sự thèm muốn thô thiển nhất của dục tính sẽ biết hướng vào những thứ khác cao đẹp và thú vị hơn. Tuy nhiên những thứ ấy dù mang tính cách thanh tao hơn thế nhưng vẫn còn thuộc vào thế giới vật chất. Chẳng hạn như trường hợp của những người luyện tập du-già (yogi) thành thạo, họ luôn tìm cách thường trú trong một thể dạng bám víu vào những thứ thích thú do phép thiền định sâu xa mang lại cho họ (chúng ta cũng nên ghi nhớ là tìm kiếm thể dạng thanh thản, phẳng lặng và an vui bằng thiền định không có gì là Phật Giáo cả. Thiền định Phật Giáo là cách giúp mình quán nhận được bản chất đích thật của hiện thực là gì và để hoà nhập với nó). Ở một cấp bậc thấp hơn, chúng ta thường thấy các người lớn tuổi hay say mê đồ cổ hoặc thích sưu tập các loại cây kiểng hiếm có. Tuy các thứ ấy không dính dáng gì đến vấn đề tính dục thô thiển, thế nhưng thật ra thì chúng là một cái bẫy nguy hiểm hơn tính dục rất nhiều, bởi vì khi đã rơi vào cái bẫy ấy thì khó lòng mà ra khỏi - tức có nghĩa là rất khó để từ bỏ những hình thức thích thú vật chất.

Vậy thì ngoài sự bám víu vào thế giới vật chất ra thì người ta sẽ còn dễ bị khích động để bám víu vào những thứ gì khác nữa? Người ta sẽ bám víu vào những sự vật hình thành tùy thuộc vào các điều kiện tác tạo ra chúng (choses conditinnées /conditioned things) ở một cấp bậc cao hơn, tức có nghĩa là mang tính cách tích cực hơn (thí dụ như những điều tốt lành, đạo hạnh, nhân ái, từ bi, lý tưởng vị tha...). Trong lãnh vực này sẽ có nghĩa là tốt hơn không nên nói đến những gì mang lại sự xấu xa - chẳng ai muốn nghe nói đến những thứ ấy! Tốt nhất chúng ta chỉ nên nêu lên cách trau dồi những phẩm tính tốt và thực thi những hành động đạo hạnh mà mọi người thường hay cho rằng nhờ đấy sẽ được tái sinh trong cảnh giới thiên đường. Chẳng phải là mọi người vẫn thường xuyên mơ tưởng đến chuyện ấy hay sao! Thế nhưng thật ra thì đấy cũng chỉ là sankhata - tức cũng chỉ là một thể dạng trói buộc (état conditionné / conditioned state. Chúng ta hãy thử tưởng tượng ra là nếu mình được sống trong một cõi đầy hoa thơm cỏ lạ cùng âm nhạc và tiếng hát vang lừng, thế nhưng nếu đấy chỉ là... hoa giả và các bài hát thì lại quá xưa, lỗi thời và chỉ toàn một điệu, thử hỏi mình có chịu đựng nổi một tháng hay chăng? Tưởng tượng như thế tức là cách giúp để hiểu được chữ sankhata mà Buddhadasa nêu lên là gì, và một thể dạng tâm thức không loại bỏ được cái tôi sẽ như thế nào). Chúng ta thường xuyên bị giam hãm trong các ý nghĩ như muốn được trở thành thế này hay thế kia và chiếm hữu vật này hay vật nọ! Trở thành "cái tôi" của một con thú thì quả là một điều không ai thích, vậy thì ai cũng muốn được là cái tôi của một con người. Khi nhận thấy rằng làm người cũng chẳng khá gì lắm thì lại muốn được làm một thiên nhân (celestial being / être céleste). Được làm thiên nhân cũng chưa vừa lòng nên lại muốn được làm một vị thánh (brahma-god / divinité). Nếu được làm một vị thánh vẫn chưa phải là hay, thì lại thích làm vua của các vị thánh (mahabrahma-god / roi des divinités)! Thế nhưng trong tất cả những thứ ấy đều có một "cái tôi", hay tất cả cũng chỉ là các thành phần trói buộc (sankhata). Chỉ duy nhất khi nào khám phá ra được thành phần tắt nghỉ (nirodhadhâtu) thì khi đó mới có thể giúp mình thoát khỏi thế giới trói buộc được.

Thành phần tắt nghỉ do đó chính là thành phần tối thượng. Đấy là sự tắt nghỉ hoàn toàn của "cái tôi" và cái "của tôi". Nếu sự tắt nghỉ ấy mang tính cách vĩnh viễn và tuyệt đối thì sẽ trở thành một vị A-la-hán, một sinh linh đã được giải thoát, một sinh linh giác ngộ. Nếu sự tắt nghỉ ấy không hoàn hảo, thì chỉ sẽ đạt được sự Giác Ngộ ở một cấp bậc thấp hơn, bởi vì vẫn còn dấu vết của "cái tôi", và đấy chưa phải là tánh không tối hậu.

Tóm lại là chúng ta phải thấu triệt được các thành phần, tức các yếu tố cấu hợp đích thật của tất cả mọi hiện tượng. Tôi xin quý vị nên tìm hiểu những thứ này dựa vào một nguyên tắc căn bản như sau: có các thứ thành phần mang hình tướng tức là các thứ thành phần vật chất, các thứ thành phần không mang hình tướng tức là các thành phần phi-vật-chất, và sau hết là các thành phần làm tắt nghỉ tất cả các thành phần khác, dù chúng mang hình tướng hay không hình hình tướng. Chúng ta có thể khẳng định một cách chắc chắn không có bất cứ gì khác ngoài ba thứ ấy ra.

Trên đây là những gì mà chúng ta học được từ ngành khoa học do chính Đức Phật đưa ra, một ngành khoa học bao gồm nhiều lãnh vực, từ vật lý học, tâm thần học và tâm linh học. Ngành khoa học đó mang lại cho chúng ta một sự hiểu biết đầy đủ và toàn vẹn về tất cả mọi hiện tượng, đầy đủ đến độ mà chúng ta chẳng còn muốn nghĩ đến việc nắm bắt chúng nữa. Và đấy cũng chính là ý nghĩa của tánh không (nhờ học hỏi từ những khám phá khoa học của Đức Phật chúng ta nhìn thấy tính cách ảo giác, biến động, không thực và lừa phỉnh của mọi hiện tượng, khiến chúng ta không còn muốn chạy theo chúng nữa, đấy chỉ là những thứ vô nghĩa, không thực, trống rỗng, và nếu lỡ tay mà chạm vào chúng thì sẽ bị bỏng, chỉ có thế thôi).

Tánh không hay là cõi thường trú của các Chúng Sinh Thượng Thặng

Nhằm đưa sự hiểu biết về tánh không đi xa hơn, tôi

sẽ triển khai thêm một vài điểm nữa. Trong một bài thuyết giảng (kinh Uppannasaka-Sutta trong Majjhima Nikaya) Đức Phật có nói rằng tánh không là nơi thường trú của các Chúng Sinh Thượng Thặng (mahipurisavihara). Các Chúng Sinh Thượng Thặng không bao giờ để cho tâm thức mình lang thang và xao động, xoay hết hướng này sang hướng khác tương tự như tâm thức của những người bình dị. Tâm thức của các Vị Thượng Thặng an trú trong tánh không, hoà nhập với tánh không, và trở thành chính tánh không. Đấy cũng là cách mà tánh không trở thành nơi an trú hay là tòa lâu đài của các Chúng Sinh Thượng Thặng, tức cũng có nghĩa là của Đức Phật và của các Chúng Sinh đã đạt được Giác Ngộ. Khi nói rằng tánh không là nơi thường trú của các Vị ấy thì cũng có nghĩa là các Vị ấy sống ở nơi ấy và hít thở bầu không gian của nơi ấy.

Chính Đức Phật cũng đã cho biết là Ngài đã từng sống trong cõi tánh không. Trong khi thuyết giảng Dhamma thì tâm thức của Ngài trống không về "cái tôi" và cái "của tôi". Trong khi Ngài đang đi khất thực hay trong những lúc phải làm những công việc thường nhật, thì tâm thức của Ngài cũng trống không. Trong những lúc nghỉ ngơi hay tìm sự thư giãn thì Ngài vẫn luôn giữ thể dạng trống không về "cái tôi" và cái "của tôi". Chính vì thế mà Ngài đã từng nói với người đệ tử là Xá lợi Phất (Sariputta) rằng Ngài đã trải qua cuộc đời mình trong cõi tánh không.

Con người mà chúng ta đang đề cập không phải là một con người bình dị chưa giác ngộ mà đúng hơn đấy là một Sinh Linh Thượng Thặng, là Đức Phật: Ngài đã sống như thế nào và thường trú trong một nơi như thế nào? Nếu quý vị muốn trông thấy được nơi thường trú của Đức Phật, thì nhất định quý vị không nên tưởng tượng ra một kiến trúc nào đó ở Ấn Độ, được xây cất bằng gạch và xi-măng, mà quý vị chỉ nên hình dung ra một cõi thường trú gọi là tánh không. Cái cõi đó trống không một cách thật tuyệt vời.

Tánh không tối thượng không phải là một cảm tính thoáng qua mà quý vị cảm nhận được khi còn đang ngồi ở đây và rồi nó sẽ biến mất đi trước khi quý vị về đến nhà. Cõi thường trú của tánh không chính là tánh không tối thượng, vì thế mà người ta đã đặt thêm cho nó một cái tên khác nữa bằng tiếng Pa-li, một cái tên khá dài: paramanuttara-sunnata - có nghĩa là "tánh không tối thượng không có gì vượt hơn được" (parama: tối thượng, anuttara: không có gì vượt hơn được, sunnata: tánh không). Nơi đó tâm thức sẽ tỏa rộng và hòa nhập vào một bầu không gian thật tinh khiết bởi vì trong nó các thứ ô nhiễm tâm thần đã bị loại bỏ, và đấy cũng chỉ là thể dạng vận hành tự nhiên và không gượng ép của một vị A-la-hán.

Tuy nhiên cũng có một thể dạng trung gian. Trong thể dạng này tâm thức tuy đã phát huy được một sự chú tâm thật mạnh và loại bỏ được mọi thứ ảo ảnh tâm thần, đạt được sự tinh khiết như trên đây, tức không còn mang một dấu vết nào của những thứ nọc độc tâm thần nữa, thế nhưng sự tinh khiết ấy chưa mang tính cách vĩnh viễn, nó có thể bị thoái lùi hoặc chuyển ngược về thể dạng tối thượng (tức bị mất đi phẩm tính "không có gì vượt hơn được" hay "anuttara").

Nếu muốn trở thành một người đệ tử đích thật của Đức Phật thì quý vị phải hội đủ khả năng đạt được thể dạng trên đây. Dù chưa đủ sức loại bỏ hẳn các thứ nọc độc tâm thần thì cũng vẫn có thể tạm thời vượt thoát khỏi sự chi phối của chúng. Đấy là một tầm nhìn bao quát về cảnh giới của Đức Phật và của các vị A-la-hán. Tầm nhìn đó nhất định sẽ giúp mang lại cho chúng ta một nghị lực phong phú hơn trên đường tu tập. Bởi vì những gì mà người ta gọi là tánh không, sự Giác Ngộ hay niết-bàn thì tất cả đều có thể đạt được, hoặc toàn vẹn và vĩnh viễn hoặc cũng có thể chỉ đạt được với tính cách tạm thời và với một thể dạng chưa được hoàn toàn ổn định, và đấy cũng là thể dạng nằm trong tầm tay của những người bình dị như chúng ta. Tuy nhiên cũng vẫn còn có một thể loại thứ ba có thể xảy đến nhờ vào sự trùng hợp của một số điều kiện (coinsidences / bối cảnh, cơ duyên). Đôi khi có những trường hợp mà các điều kiện (cơ duyên) xảy đến một cách thuận lợi giúp tâm thức an trú trong tánh không được khoảng một hay hai giờ liên tiếp. Tuy nhiên điều quan trọng là chúng ta phải quyết tâm tu tập với tất cả khả năng của mình nhằm để giải thoát cho tâm thức của chính mình.

Các cấp bậc của tánh không

Thuật ngữ "tánh không tối thượng không có gì vượt hơn được" (paramanuttarasunnata) do Đức Phật nêu lên có nghĩa là sự thèm muốn, ghét bỏ và những ý nghĩ sai lầm về thực thể của mọi sự vật tất cả đều đã bị loại bỏ, kể cả sự nắm bắt và bám víu vào "cái tôi" và cái "của tôi" cũng đã bị trừ khử. Tóm lại là thuật ngữ trên đây mang ý nghĩa của một sự xả bỏ toàn diện.

Khi nhìn vào cấp bậc cao nhất của tánh không như trên đây thì chúng ta cũng sẽ hiểu rằng có các cấp bậc thấp hơn. Bên dưới cấp bậc tột đỉnh paramanuttarasunnata sẽ có các cấp bậc thấp hơn, xếp theo thứ tự như sau:

- nevasannanasannayatana: cảm nhận không cảm nhận

- akincannayatana: cảm nhận sự trống không tuyệt đối

- vinnancayatana: cảm nhận tri thức vô biên

- akasanancayatana: cảm nhận không gian vô tận

- pathavisanna: cảm nhận đất.

- arannasann: cảm nhận rừng

Cấp bậc thấp nhất là arannasanna có nghĩa là cách "cảm nhận sự hoang dã" (perception of forest). Nếu chúng ta đang sống trong một môi trường ồn ào và đầy hoang mang thì chúng ta hãy tưởng tượng là mình đang bước vào một khu rừng hoang dã thật yên lặng. Chúng ta cảm thấy nơi ấy thật an bình, không một tiếng động. Chỉ cần tưởng tượng ra như thế cũng đã là một hình thức cảm nhận nào đó về tánh không rồi - thế nhưng cách tưởng tượng ấy chỉ là một trò chơi trẻ con.

Trên cấp bậc này là cấp bậc pathavisanna có nghĩa là cách "cảm nhận đất". Chúng ta hình dung tất cả mọi hiện tượng đều toàn là đất (không có giá trị gì cả). Sự cảm nhận đó sẽ giúp xóa bỏ mọi sự thèm muốn các lạc thú giác cảm phát sinh từ hình tướng, âm thanh, nước hoa, vị và sự đụng chạm. Đấy là cách cảm nhận mà những người còn trẻ nên cố gắng thực hiện.

Đến đây chúng ta sẽ chuyển sang một cấp bậc cao hơn nữa là akasanancayatana, đấy là cách tạo ra cho mình sự "cảm nhận không gian vô tận". Chúng ta cảm thấy không có một thứ gì cả ngoài một không gian bao la và vô tận. Không gian cũng là một biểu trương nào đó của tánh không thế nhưng không phải là tánh không đích thật. Tánh không đích thật thuộc vào một cấp bậc cao hơn không gian trống rỗng.

Dù sao thì cũng không nên cảm thấy sợ hãi trước sự trống rỗng đó của tánh không và hãy cố gắng hướng vào một cấp bậc tinh tế hơn nữa là vinnancayatana, hay sự "cảm nhận tri thức vô biên". Chúng ta tạo ra cho mình một tri thức vô tận và chúng ta sẽ không còn cảm thấy bất cứ một thứ gì khác ngoài cái tri thức thật rộng lớn ấy.

Ở một cấp bậc cao hơn nữa là akincannayatana, có nghĩa là "cảm nhận sự trống không tuyệt đối". Chúng ta hình dung ra một thể dạng tâm thần hoàn toàn trống không, tức không để cho tâm thức hướng vào hay trụ vào bất cứ một thứ gì cả. Tuy nhiên trong thể dạng đó vẫn còn tồn tại cảm tính về sự trống không.

Một cấp bậc khác cao hơn nữa là nevasannanasannayatana, có nghĩa là sự "cảm nhận không cảm nhận". Trong thể dạng này người ta không cảm thấy là mình đang sống hay đã chết. Nếu bảo đấy là một sự cảm nhận thì hoàn toàn sai, thế nhưng nếu nói rằng không có sự cảm nhận thì cũng sai nốt. Người ta không thể nào gán cho kinh nghiệm cảm nhận ấy bất cứ một thứ nhãn hiệu nào cả. Đấy là một "tri thức không nhận thức" (perception sans perception / awareness without perception). Sự tinh tế đạt đến một mức độ thật cao, cao đến độ nếu cho rằng một người trong thể dạng ấy còn đang sống là sai, thế nhưng bảo rằng người ấy đã chết thì cũng là sai. Trạng thái ấy cũng là một hình thức của tánh không (mô tả tri thức của một người cận kề sự Giác Ngộ tối thượng - paramanuttarasunnata - một cách cực kỳ giản dị và tuyệt vời đến độ có thể khiến cho chúng phải bàng hoàng và kinh sợ).

Sáu cấp bậc của tánh không trên đây hoàn toàn không phải là cùng một thứ với "tánh không tối thượng và không có gì vượt hơn được" (paramanuttarasunnata). Đức Phật nêu lên các thể dạng trống không trên đây là chỉ nhằm mục đích cho thấy các cấp bậc khác nhau của tánh không, và trong số này không có một cấp bậc nào có thể làm nơi thường trú của các Sinh Linh Thượng Thặng được. Đấy chỉ là những thể dạng tánh không mà những người du-già đã từng luyện tập trước cả thời kỳ của Đức Phật. Dù họ có khám phá ra rất sớm các thể dạng đó thế nhưng họ đã bị chận đứng lại ở các cấp bậc ấy và không thể vượt xa hơn được. Riêng chỉ có Đức Phật đã khám phá ra tánh không đích thật như là một nơi thường trú cho những Sinh Linh Thượng Thặng. Đấy là "tánh không không có gì có thể vượt hơn được" mà tôi vừa trình bày trên đây.

Tiếp xúc với tánh không

Các tập Luận Giải thuộc Kinh Sách Phật Giáo gọi các kinh nghiệm cảm nhận về tánh không là sunnataphassa - "tiếp xúc với tánh không". Chúng ta hiểu rõ về sự tiếp xúc giác cảm xảy ra giữa mắt và các vật thể trông thấy được, giữa tai và các âm thanh nghe thấy được, v.v..., thế nhưng chúng ta chưa hề có một kinh nghiệm nào về sự tiếp xúc với tánh không, bởi vì chúng ta chỉ vỏn vẹn biết được các thành phần vật-chất và phi-vật-chất, chúng ta tuyệt nhiên chưa hề được biết gì về thành phần của sự tắt nghỉ hay nirodhadhâtu.

Khi nào chúng ta bắt đầu nhận thấy được thành phần của sự tắt nghỉ thì chúng ta cũng sẽ cảm nhận được một thứ gì đó mới lạ hơn, đấy là gì mà các vị thầy bình giải gọi là "sự tiếp xúc với tánh không". Và đấy cũng là tên gọi của Con Đường Cao Cả (Noble Sentier / Noble Path / Con Đường của Tám Sự Đúng Đắn hay còn gọi là Bát Chính Đạo. Xin ghi chú thêm là gần đây cũng có một số học giả Tây Phương cho rằng chữ "đúng đắn" - "chánh" - mang ý nghĩa tương đối giới hạn không biểu trưng được ý nghĩa của Con Đường Cao Cả nên đã đề nghị thay chữ "đúng đắn" bằng chữ "hoàn hảo") bắt đầu từ giai đoạn mà nó đã loại bỏ được tất cả các thứ nọc độc tâm thần. Nếu luyện tập theo con đường đó cho đến khi nào loại bỏ được tất cả các thứ u mê tâm thần thì sự tiếp xúc với tánh không sẽ hiện ra. Tâm thức tiếp xúc với tánh không cũng khá tương tự như dùng bàn tay để chạm vào sự trống không.

Đối với những ai quán nhận ngày càng minh bạch hơn rằng không hề có "cái tôi" và cái "của tôi" mà tất cả chỉ toàn là dhamma và các chuyển động tự nhiên (anattânupassanâ) thì sự trống không dưới hình thức một sự tiếp xúc sẽ phản ảnh được Con Đường của Tám Sự Đúng Đắn. Khi đã mang bản chất ấy (tất cả chỉ là dhamma) thì Con Đường của Tám Sự Đúng Đắn cũng có thể được xem là tánh không, và mọi sự tiếp xúc xảy đến trên Con Đường ấy cũng sẽ gọi là sự "tiếp xúc với tánh không" (sunnataphassa). Sự quán thấy minh bạch không hề có "cái tôi" và cái "của tôi" là nguyên nhân mang lại sự tiếp xúc đó, và đồng thời cũng là hậu quả của sự quán thấy minh bạch về khổ đau (dukkhânupassanâ). Quán thấy minh bạch được khổ đau cũng tương tự như đưa tay vào lửa và nhận ra rằng đấy là một việc không nên làm; hoặc tương tự như khi đã hiểu rằng không nên nắm bắt bất cứ một dhamma nào, và cũng không nên bám víu vào chúng, bởi vì nếu cứ nắm bắt lấy chúng thì chúng sẽ hóa thành ngọn lửa. Trên phương diện tâm linh, khi đã quán thấy được một cách minh bạch rằng lửa có thể thiêu đốt, hủy diệt, làm cho ngạt thở, gây ra thương tích, bủa vây và giam hãm con người thì khi đó chúng ta cũng sẽ quán thấy được một cách minh bạch dukkha là gì (dukkhânupassanâ).

Ở cấp bậc này chúng ta phải nghĩ đến sự kiện là có một số người cho rằng nếu không thể tự mình đạt được nibbanâ thì không thể nào hiểu được nó là gì, tương tự như nếu không thăm viếng một nước nào đó thì không thể nói được là đã trông thấy quốc gia ấy. Thế nhưng nibbanâ không phải là một thứ gì thuộc lãnh vực vật chất, đấy là những gì liên quan đến tâm thức và con tim của mình. Như tôi đã nêu lên trên đây, ngay đang trong giây phút này tâm thức của hầu hết quý vị là tánh không, và đấy đã cũng đã là một chút tiền vị của tánh không (đích thật) rồi. Quý vị hãy triển khai sự quán thấy ấy về (tánh không của) mọi sự vật.

Kinh Sách có nêu lên các Nền Móng của sự Chú Tâm (căn bản luyện tập về sự tỉnh thức) trong phần trình bày về cách quan sát các hiện tượng (cittânupassanâ) tức là cách tập trung nhìn vào tâm thức mình: "Nếu tâm thức bị tràn ngập bởi sự thèm muốn dục tính, thì mình cũng phải ý thức được sự kiện đó; nếu tâm thức bị chi phối bởi sự ghét bỏ, thì mình cũng phải ý thức được sự kiện đó; nếu tâm thức rơi vào tình trạng hoang mang tâm thần thì mình cũng phải ý thức được sự kiện đó; nếu tâm thức rơi vào tình trạng kiệt quệ và mất hết nghị lực, thì mình cũng phải ý thức được sự kiện đó; nếu tâm thức không kiệt quệ thì cũng phải ý thức được là nó không kiệt quệ; nếu tâm thức ý thức được sự Giải Thoát, thì mình cũng phải ý thức được sự kiện đó; nếu tâm thức chưa được giải thoát, thì cũng phải ý thức được là nó chưa được giải thoát".

Nếu tâm thức đã được giải thoát thì nó sẽ trống không; nếu nó chưa được giải thoát thì nó sẽ không trống không. Vậy thì chúng ta hãy nhìn vào tâm thức mình xem sao: hoặc tâm thức mình đã được giải thoát thì tức có nghĩa là nó sẽ trống không về tất cả mọi thứ, hoặc là tâm thức mình còn bám víu vào một thứ gì đó thì tất nó còn vướng mắc trong sự nắm bắt. Đức Phật giảng rằng ngay từ lúc mới khởi sự tu tập phải cố gắng ý thức được thế nào là một thể dạng tâm thần trống không tức là đã được giải thoát. Đấy là những gì chỉ có thể nhìn thấy từ bên trong, không phải là cách nhờ vào sự suy luận và học hỏi trong sách.

Nibbanâ hay sự trống không đang ở nơi này, trước mắt của chúng ta, dù cho chúng ta chưa đạt được giác ngộ cũng vậy. Tánh không có thể hiện ra một cách đột ngột, thí dụ như ngay trong lúc này, nếu các cơ duyên hội đủ. Nếu tập trung tâm thức thật đúng đắn nhằm giúp nó đạt được thể dạng hoàn toàn thư giãn và an bình (nếu nói phóng đại thêm thì thể dạng ấy cũng có thể so sánh với thể dạng khi tâm thức cảm nhận được một sự thích thú thông thường). Tuy nhiên thể dạng này cũng đã là một khía cạnh nào đó của "sự giải thoát bằng cách ngăn chận" (vikkambhanavimutti / release by suppression). Vì thế ngay cả trường hợp chưa đạt được sự Giải Thoát tối hậu của một vị A-la-hán đi nữa thì chúng ta vẫn có thể nhận biết được tánh không để khảo sát nó - như là một món hàng làm mẫu do Đức Phật ban tặng! Nếu muốn nhận được món hàng mẫu ấy thì quý vị cũng có thể tìm thấy nơi nội tâm của chính mình.

Tóm lại là quý vị phải luyện tập về Bốn Nền Móng căn bản của sự Chú Tâm theo từng giai đoạn một: trước hết là phát huy sự suy tư về thân xác, sau đó đến các giác cảm, tiếp theo là tâm thức và sau cùng là các đối tượng của tâm thức. Sự luyện tập này sẽ mang lại cho quý vị "hương vị" của tánh không suốt trong thời gian ngay từ khi mới khởi sự tập luyện cho đến lúc hoàn tất. Vào giai đoạn cuối cùng khi đã quán thấy được các hậu quả khổ đau do sự nắm bắt và bám víu mang lại thì quý vị cũng sẽ hiểu được tánh không là gì. Vào chính thời điểm ấy, tâm thức cũng sẽ tức khắc hướng vào bầu không gian của nibbanâ để tìm lấy sự toại nguyện cho mình.

Đấy là cách giúp chúng ta thường xuyên trông thấy được tánh không (và để hưởng "hương vị" của nó) trong khi chờ đợi đạt được nó ở cấp bậc tột đỉnh. Quá trình đó là một sự thăng tiến tự nhiên và phù hợp với một thứ quy luật riêng chi phối nó, tuy nhiên cũng có thể cho đấy chỉ là một thứ quy luật của thiên nhiên. Khi tự mình quán nhận được thật minh bạch một điều gì đó thì sự hiểu biết ấy sẽ rất vững chắc. Nó sẽ không biến đổi giống như trường hợp của một sự hiểu biết sai lầm hay là một sự hiểu biết học hỏi được từ một người khác.

Sự chấm dứt của nghiệp

Chúng ta cũng chẳng cần phải cố gắng quá đáng mới có thể mang lại hạnh phúc cho mình. Thật vậy, chẳng có gì là phức tạp lắm. Tất cả những gì cần phải làm là giải thoát cho tâm thức mình khỏi sự thèm muốn, ghét bỏ và các ý nghĩ sai lầm, hoặc nếu nói cách khác là phải trút bỏ mọi sự nắm bắt và bám víu vào "cái tôi" và cái "của tôi". Khi nào tâm thức đã loại bỏ được sự thèm muốn, ghét bỏ và các ý nghĩ sai lầm thì nó sẽ trở nên trống không và mọi thứ khổ đau cũng sẽ chấm dứt.

Trong Tăng Nhất Bộ Kinh (Anguttara Nikaya) có nói rằng khi nào tâm thức đã loại bỏ được sự thèm muốn, ghét bỏ và các ý nghĩ sai lầm, trút bỏ hết "cái tôi" và cái "của tôi", thì tự nhiên kamma (nghiệp) cũng sẽ tự nó chấm dứt. Điều đó có nghĩa là kamma, quả của nó và các sự u mê tâm thần làm nguyên nhân tạo ra nghiệp cũng sẽ tự động theo đó mà chấm dứt. Chúng ta không nên sợ hãi kamma, tức không nên lo sợ phải gánh chịu tác động của nó. Không cần phải quan tâm đến kamma một cách quá đáng, tốt hơn nên nghĩ đến tánh không. Nếu chúng có thể tạo ra tánh không cho "cái tôi" và cái "của tôi" thì kamma theo đó cũng sẽ tan biến hết và chúng ta cũng sẽ tránh được mọi tác động của nó.

Chính vì lý do đó mà một người mang tên là Angulimala có thể trở thành một vị A-la-hán. Không nên hiểu sai như nhiều người khác về câu trả lời của Đức Phật cho Angulimala : "Ta đã dừng lại từ lâu rồi, chính con vẫn chưa dừng lại đấy thôi" (nhằm giúp người đọc theo dõi dễ dàng hơn ý của Buddhadasa trình bày trong đoạn này nên cũng xin mạn phép nhắc lại câu chuyện về Angulimala như sau:... Một hôm Đức Phật đi đến một nơi có tiếng là nguy hiểm vì nơi này có một tên sát nhân là Angulimala vô cùng hung dữ và lại đang tìm giết người thứ một ngàn. Chủ nhân một quán trọ thiết tha xin Đức Phật hãy dừng chân lại và đừng đi đâu cả. Đức Phật không nghe và vẫn lẳng lặng lên đường. Thị trấn vắng tanh, nhà nhà đóng cửa. Angulimala thấy một nhà sư đang đi một mình trong một con phố vắng, hắn bèn rút thanh kiếm và đi theo. Đức Phật thấy có kẻ lạ đến gần và biết ngay đấy là tên sát nhân mà mọi người sợ hãi, tuy nhiên Ngài vẫn thản nhiên bước một cách thanh thản. Angulimala rất ngạc nhiên trước thái độ bình thản đó, hắn đưa cao thanh kiếm đứng chắn trước mặt Đức Phật và thét lên ra lịnh cho Đức Phật phải dừng lại. Đấng Như Lai không tỏ vẻ sợ hãi một chút nào và cất lời nói với Angulimala một cách thật dịu dàng: "Này Angulimala, con có biết không, ta đã dừng lại từ lâu lắm rồi. Chính con vẫn còn đang múa may trong lửa đỏ của hận thù, của giận dữ và dục vọng điên cuồng". Angulimala hết sức bất ngờ trước câu nói đó liền ngước nhìn để dò xét gương mặt của Phật. Trước vẻ mặt tràn đầy lòng từ bi và nhân ái của Đức Phật, Angulamala bỗng cảm thấy trơ trụi và cô đơn, và bất thần hắn nhận thấy mình đang bước trên con đường của khổ đau và bất hạnh. Hắn bèn ném bỏ thanh kiếm và quỳ xuống dưới chân của Đấng Giác Ngộ và xin nguyện sẽ từ bỏ cuộc sống hung ác (kinh Angulimala-sutta, trong Trung Bộ Kinh - Majjhima-Nikaya. Đoạn trên đây trích từ một bài viết mang tựa đề "Khái niệm về ba cửa ngõ trong Phật Giáo" - có thể xem trên Thư Viện Hoa Sen). Câu trả lời ấy không có nghĩa là Angulimala trước đây là một tên sát nhân, thế nhưng nay thì đã dừng lại và không còn giết người nữa và nhờ đó mà Angulimala đã trở thành một vị A-la-hán. Cách hiểu như thế là hoàn toàn sai. Đức Phật dùng chữ "dừng lại" với dụng ý là không còn nắm bắt và bám víu vào "cái tôi" và cái "của tôi" nữa, nói cách khác thì sự dừng lại ấy chính là tánh không. Tánh không là một sự ngưng nghỉ, và đấy cũng chính là một hình thức dừng lại duy nhất có thể giúp cho tên cướp Angulimala trở thành một vị A-la-hán cao cả. Nếu chỉ nhờ vào sự kiện không còn sát nhân nữa mà Angulimala đã trở thành một vị A-la-hán thì tại sao bao nhiêu người khác không sát nhân mà nào họ có đạt được giác ngộ đâu? Bởi vì sự đình chỉ hay sự dừng lại đích thật, mới đúng là tánh không. Khi nào không còn có "cái tôi" để trú ngụ ở nơi này, để đi đến nơi kia hay quay về từ một nơi khác, thì khi ấy mới có thể gọi là một sự dừng lại đích thật. Khi nào vẫn còn một "cái tôi" thì sẽ không có cách gì để dừng lại được.

Quý vị cũng nên hiểu rằng chữ "tánh không" mang cùng một ý nghĩa với chữ "dừng lại" và đấy cũng là chữ mà Đức Phật đã sử dụng để làm cho Angulimala phải thức tỉnh, trong khi mà hai tay của hắn vẫn còn vấy máu và trên cổ vẫn còn đeo một xâu chuỗi với 999 đốt xương lấy từ các ngón tay của các nạn nhân mà hắn đã giết. Nếu muốn cho kamma tự nó phải chấm dứt và để đạt đến điểm "dừng lại" thì chúng ta phải luôn tâm niệm câu sau đây: "Phải thực hiện được sự trống không về cái tôi và cái của tôi" - và nhất là không được nắm bắt các sự vật, cũng không bám víu vào chúng.

Sở dĩ phải giải thích dông dài như trên đây đấy nhằm vào mục đích làm sáng tỏ ý nghĩa của chữ "tánh không". Thoát khỏi những thứ u mê tâm thần tức có nghĩa là trống không về cảm tính của "cái tôi" và cái "của tôi". Nhờ đó người ta sẽ đạt được tánh không và loại bỏ được dukkha. Tóm lại là thể dạng trống không về các thứ u mê tâm thần cũng là thể dạng trống không về mọi thứ khổ đau. Chỉ cần đơn giản thực hiện được sự trống không của "cái tôi" và cái "của tôi" thì cũng đủ để đạt được sự trống không của tất cả mọi sự vật. Thể dạng trống không đó không thuộc vào thành phần đất, thành phần nước, thành phần lửa, thành phần khí hay thành phần không gian, v.v... (xin ghi chú thêm là ngoài tứ đại gồm đất, nước, lửa và khí, Đức Đạt-lai Lạt-ma và một số kinh sách còn nêu thêm một thành phần thứ năm là không gian, tức là thành phần cần thiết để chuyển tải tứ đại). Chính Đức Phật đã nói rõ là thành phần trống không đó không thuộc vào những thứ như vừa kể. Trống không là thành phần của sự tắt nghỉ, là sự vắng mặt của "cái tôi" và cái "của tôi", là sự đình chỉ của kamma, là sự loại bỏ của các thứ u mê tâm thần và của khổ đau.

Thực hiện thể dạng thanh thản

Điểm sau cùng cần phải bàn luận và cũng đã được nêu lên ngay từ lúc đầu, đấy là sự liên hệ giữa tánh không và tất cả mọi sự vật. Quý vị cũng nên ghi nhớ một điều là "tất cả mọi sự vật" đều là dhamma, và dhamma thì cũng chẳng phải là gì khác hơn là thiên nhiên hay những gì "tự chúng là như thế"; chúng hoàn toàn trống không về "cái ngã" và về những gì thuộc vào "của chúng". Sở dĩ các thứ dhamma của sự đần độn, của các ý nghĩ sai lầm và u mê thường xuyên hiện lên đấy là vì văn hóa (chữ này trong nguyên bản là "culture", có thể hiểu là giáo dục, truyền thống, tập quán...) và đời sống xã hội (trong nguyên bản là "la façon dont nous vivons" / "the way that we live") đều nhằm vào chủ đích củng cố các dhamma liên quan đến "ego" ("cái tôi") và các thể dạng của sự thiếu-hiểu-biết (unknowing) và không hề quan tâm đến các dhamma của sự hiểu biết thật sự. Vì thế chúng ta phải thường xuyên và tự động gánh chịu sự trừng phạt vì cái "tội tổ tông" ấy (trong nguyên bản là péché originel / original sin, đấy là ngụ ý nói đến quan điểm về "khổ đau" của một số các tín ngưỡng khác, khi các tín ngưỡng này cho rằng tất cả chúng ta đều phải gánh chịu lỗi lầm của tổ tiên mình đã vi phạm. Buddhadasa xem cái tội tổ tông ấy chính là các truyền thống, tập quán, giáo dục và các hình thức sinh hoạt xã hội, tất cả những thứ này đã dự phần củng cố "cái tôi" của mỗi cá thể con người trong xã hội) của mình từ khi chúng mới phát sinh, đấy là cái tội hành động thiếu ý thức của mình (bị chi phối và điều khiển bởi "cái tôi" và cái "của tôi" mà không hay biết) và không hề ý thức kịp thời để rút tỉa một bài học cho mình (tương tự như đứa bé đưa tay vào lửa). Thế hệ trẻ không ý thức được việc đó; người trung niên cũng không, và hầu hết những người trọng tuổi cũng thế (có nghĩa là chẳng có ai biết rút tỉa cho mình một bài học nào cả từ sự trừng phạt vì sự "phạm tội tổ tông" đó). Ít ra thì khi đã trưởng thành hay vào lúc tuổi già chúng ta cũng phải ý thức được sự kiện ấy nếu muốn tránh khỏi sự trừng phạt và vượt thoát khỏi cái lưới của sự sinh và cái chết đang giam giữ mình hầu có thể bay bổng lên bầu không gian trong sáng và vô tận.

Khi giáo huấn Phật Giáo được truyền bá sang Trung Quốc thì những người Trung Quốc vào thời bấy giờ cũng đã chứng tỏ cho thấy là họ khá thông minh và sáng suốt khi biết tiếp nhận giáo huấn ấy. Sau đó tại Trung Quốc cũng đã hình thành nhiều học phái do các vị thầy thuộc tầm cỡ lớn như Hui Neng (Huệ Năng) và Hoang Po (Hoàng Bá Hy Vân) chủ xướng. Trong các học phái này người ta nhận thấy cách giải thích về tâm thức, Dhamma, Đức Phật, Con Đường và tánh không đều rất chính xác (Phật Giáo Theravada khen Thiền Học), và nổi bật hẳn là một câu thật then chốt như sau: "tâm thức, Đức Phật, Dhamma, Con Đường và tánh không cũng chỉ là một thứ" (tuyệt vời thay sự hiểu biết thâm sâu của Buddhadhasa, chỉ cần vài chữ cũng đủ để tóm lược cốt tủy của Thiền Tông. Dù sao thì chúng ta cũng có thể thêm vào đấy "hiện thực" hay "thực tại", bởi vì tất cả những gì vừa kể ra trên đây đều hòa nhập với nhau để trở thành một tức là "hiện thực" và để tỏa rộng trong bầu không gian vô tận và trống không xuyên qua tâm thức của mỗi cá thể con người ngay trong "thực tại"). Câu nói ấy cũng đã thừa đủ, không cần phải dông dài gì nữa cả. Nó có thể thay cho tất cả kinh sách. Thế nhưng đấy lại là một câu mà những người tu tập theo lối cổ điển (lễ bái, tụng niệm, cầu xin, chuông mõ vang rền...) không thể nào hiểu nổi. Chúng ta phải cảm thấy hổ thẹn về chuyện ấy. Người Trung Quốc còn nói thêm rằng "tánh không từ bản chất của nó lúc nào cũng đang hiện hữu, thế nhưng chỉ vì chúng ta không nhìn thấy mà thôi". Tôi có thể chứng minh được điều ấy bằng cách lập lại thêm một lần nữa là ngay trong giây phút này những ai đang ngồi đây, từ bản chất đều có một tâm thức trống không, thế nhưng quý vị chẳng những không nhìn thấy nó mà lại còn khăng khăng không chấp nhận đấy đúng thật là tánh không.

Hoang Po (Hoàng Bá) luôn cảnh giác các đệ tử của mình bằng cách đưa ra hình ảnh một người có một viên kim cương dính trên trán mà không hề hay biết, và cứ chạy đôn đáo khắp cả địa cầu và cả các thế giới khác để tìm cách hiến dâng một xu hầu mong cầu mua được cõi thiên đường và các phương tiện giúp làm thỏa mãn tất cả những gì mà mình khao khát. Thật vậy, chỉ vì không nhìn thấy viên kim cương đang dính trên trán mình nên chúng ta đành phải chạy khắp nơi trong thế giới này và cả bên ngoài địa cầu (cõi cực lạc và chốn thiên đường) để tìm kiếm nó. Vì thế tôi mong rằng quý vị hãy cố nhìn thấy, dù chỉ trong một thoáng thật ngắn ngủi, xem có gì dính trên trán mình hay không, và để hiểu rằng phải đặt bàn tay mình lên đấy.

Các lời chỉ dẫn giúp khám phá ra viên kim cương của các vị thầy Trung Quốc còn ẩn chứa một sự sâu sắc khác nữa, ấy là: "Chẳng cần phải làm gì cả, cứ đơn giản giữ lấy sự thanh thản (be still / être tranquille / bình thản... - cũng có nghĩa là giữ sự yên lặng trong tư thế bất động của phép ngồi thiền) thì tâm thức tự nó cũng sẽ trút bỏ tất cả để trở thành trống không". Câu phát biểu: "Cứ đơn giản giữ lấy sự thanh thản và chẳng cần phải làm gì cả" trên đây mang nhiều ý nghĩa khác nhau. Tâm thức chúng ta thích nghịch ngợm và ham vui đùa (naughty and playful). Tâm thức chỉ muốn thoát ra bằng các cửa ngõ như mắt, tai, mũi, lưỡi và thân xác. Tâm thức thu góp các đối tượng giác cảm và cất chứa bên trong nó. Thế nhưng sau đó thì tâm thức lại tỏ ra quá sức đần độn vì nó cứ để mặc cho các dhamma của vô minh (sự u mê tâm thần) lèo lái nó, hậu quả mang lại sẽ toàn là các hình thức nắm bắt và bám víu vào "cái tôi" và cái "của tôi". Tình trạng đó gọi là ham thích nghịch ngợm và không thích sự thanh thản.

"Giữ sự thanh thản" có nghĩa là cứ để cho các đối tượng giác cảm thâm nhập vào tâm thức mình, thế nhưng cứ mặc kệ để cho chúng chết, tương tự như những gợn sóng đập vào bờ. Hãy lấy một thí dụ, khi mắt trông thấy một hình tướng, nếu đấy chỉ là một "sự thấy", thì cũng sẽ có nghĩa là không cho phép các thứ "hình tướng trông thấy được" thâm nhập vào tâm thức - đối với các giác quan khác cũng vậy. Nếu không làm được như thế và các thứ cảm tính như toại nguyện và bất toại nguyện hiện ra sau đó, thì quý vị cũng nên cố gắng dừng lại ở đấy! Không được để cho các thứ cảm tính ấy chuyển thành sự thèm muốn. Nếu mọi sự dừng lại ở đấy thì vẫn có thể giữ được sự thanh thản. Trái lại nếu chúng ta cứ để cho chúng tiếp tục phát triển để biến thành cảm tính toại nguyện, thì tức khắc ngay vào lúc ấy "cái tôi" và cái "của tôi" sẽ hiện ra. Hoặc nếu phản ứng ấy là một cảm tính bất toại nguyện thì khổ đau sẽ hiện ra. Và đấy có nghĩa là không giữ được sự thanh thản.

Tóm lại ý nghĩa trong câu "giữ được sự thanh thản" do Huệ Năng đưa ra rất phù hợp với tinh thần tu tập do Đức Phật đã giảng dạy, tức là không được bám víu vào bất cứ thứ gì để xem đấy là "cái tôi" và cái "của tôi". Nếu chúng ta không bám víu vào bất cứ thứ gì cả thì lấy gì để có thể làm xao động và mang lại sự hoang mang cho chúng ta được. Thay vì chỉ biết chạy theo các sự vật tạo ra sự bấn loạn cho mình thì chúng ta nên giữ lấy sự thanh thản.

Chúng ta phải cố gắng tạo ra cho mình tánh không vì đấy là một thứ gì thật xứng đáng cho chúng ta hoài vọng. Nếu nói rằng có một thứ tánh không có thể mang lại sự đình chỉ, sự tinh khiết, sự minh bạch và sự an bình thì đấy cũng vẫn còn là một cách nói sử dụng các thuật ngữ quy ước. Bởi vì nếu đã thực sự là tánh không thì chỉ toàn là tánh không, chỉ có một thứ duy nhất ấy mà thôi và nhất thiết nó không phải là một thứ nguyên nhân nào cả nhằm để mang lại bất cứ một thứ gì cả. Cái tánh không ấy là Đức Phật, là Dhamma, là Sangha, là sự tinh khiết, minh bạch, là sự an bình và niết-bàn... tất cả đều hiện hữu chính trong cái thể dạng bất biến ấy. Nếu cứ tiếp tục bảo rằng tánh không là nguyên nhân tạo ra cái này hay cái kia thì đấy sẽ là bằng chứng cho thấy chúng ta chưa đạt đến chỗ tối thượng, bởi vì nếu đã đạt được cấp bậc ấy thì sẽ chẳng còn có gì để mà làm nữa (nếu đã đạt được tánh không đích thật thì sẽ không còn có gì khác để mà đạt được nữa, nếu giả sử còn có một cái gì khác để đạt được thì nhất định đấy phải là một sự thụt lùi và sẽ không còn phải là tánh không nữa). Giữ được sự thanh thản thì Đức Phật, Dhamma, Sangha, sự tinh khiết, sự minh bạch, sự an bình, nibbanâ,...tất cả sẽ hiện hữu trong thể dạng bất biến ấy.

Hoang Po (Hoàng Bá) sử dụng một phương pháp thật đơn giản để giúp những người gặp quá nhiều khó khăn trong việc tìm hiểu tánh không: Ông đưa ra một câu đố như sau: "Hãy thử nhìn vào một hài nhi trước khi nó được hình thành". Tôi cũng rất muốn lập lại câu đố ấy với tất cả quý vị đang ngồi đây. Quý vị thử nhìn vào tâm thức của một hài nhi trước khi nó được hình thành để xem cái tâm thức ấy của nó đang ở đâu? (trước khi hiện hữu tức là trước khi ngũ uẩn kết hợp để tạo ra một cá thể thì cá thể ấy chưa có cái tâm thức để có thể hàm chứa "cái tôi", cũng chưa có năm thứ cấu hợp - ngũ uẩn - để cho nó có thể gọi đấy là cái "của tôi", do đó cái "tâm thức" trong thể dạng nguyên sinh trước khi một cá thể được cấu tạo sẽ phải trống không về những thứ ấy tức về "cái tôi" và cái "của tôi"). Nếu quý vị giải đáp được câu hỏi trên đây thì nhất định quý vị cũng sẽ tìm thấy tánh không thật dễ dàng, chẳng khác gì như quý vị lấy tay sờ vào viên kim cương trên trán mình.

Kết luận

Tóm lại, chủ đề về tánh không bao hàm tất cả giáo huấn Phật Giáo bởi vì chính Đức Phật hít thở bằng tánh không (hiện hữu, trường tồn và sống trong tánh không). Tánh không vừa là một sự hiểu biết lý thuyết, vừa là một sự luyện tập và cũng lại vừa là quả mang lại từ sự luyện tập ấy. Dù học hỏi bất cứ thứ gì (tông phái nào, học phái nào, kinh sách nào...) thì cũng đều phải học hỏi tánh không; nếu luyện tập thì đấy cũng là phương tiện nhằm giúp mang lại quả tạo ra bởi tánh không; nếu tiếp nhận được quả thì đấy cũng sẽ là tánh không, tóm lại là sau cùng người ta sẽ đạt được một thứ gì đó vô cùng xứng đáng. Thật vậy, không có gì có thể vượt hơn tánh không được. Khi đã thực hiện được nó, tất cả các khó khăn đều chấm dứt. Tánh không không ở trên, không ở dưới cũng không ở bất cứ một nơi nào cả. Tôi cũng chẳng biết phải nói gì hơn, vì thế tốt nhất là tôi xin câm miệng lại! Đơn giản chúng ta chỉ cần biết rằng tánh không là niềm phúc hạnh tối thượng (Buddhadasa trở lại cách nói thường tình và quy ước của những người thế tục để nói với những người thế tục nhằm khuyến khích họ "mạnh dạn" bước vào Con Đường. Thế nhưng trong các câu kết luận sau cùng dưới đây Buddhadhasa sẽ ném về phía họ một chiếc dây thòng lọng để lôi họ trở về con đường thẳng đưa đến tánh không hay niết-bàn đích thật).

Dù sao thì quý vị cũng cần phải cố gắng hiểu được một cách đúng đắn các câu sau đây: "Nibbanâ (niết-bàn) là niềm phúc hạnh tối thượng", "Nibbanâ là tánh không tối thượng". Không nên làm lẫn chữ "phúc hạnh" trên đây với niềm hạnh phúc mà quý vị có thể đã từng cảm nhận được - có một học phái mang hình thức tôn giáo phát triển trước cả thời kỳ của Đức Phật, đã từng tin rằng nibbanâ là điểm tột đỉnh của khoái lạc dục tính, tương tự như trường hợp của một số học phái khác (du-già) tin rằng các thể dạng tinh tế của thiền định chính là một niềm hạnh phúc tối thượng. Đức Phật mong muốn chúng ta phải ý thức được là phải tuyệt đối lánh xa những thứ ấy dù bằng bất cứ phương tiện nào: dù đấy là cách chọn thành phần của sự từ bỏ (nekkhamadhâtu) (xuất gia) như một phương tiện để tránh khỏi dục tính, dù đấy là cách chọn thành phần mang tính cách phi-vật-chất (arupadhâtu / immateriality) như một phương tiện để tránh khỏi phép lắng sâu vào thiền định để tìm thấy các thể dạng vật-chất-tinh-tế (fine-material plane / các loại cảm giác thanh thoát, lâng lâng và an bình tạo ra bởi thiền định), và sau hết dù đấy là cách chọn thành phần của sự tắt nghỉ (nirodhadhâtu) như là phương tiện để tránh khỏi tất cả mọi thứ mang tính cách trói buộc (conditionné / conditioned / có lẽ nên dùng chữ conditionnant hay conditioning thì thích nghi hơn, bởi vì tất cả các hiện tượng trong vũ trụ - trong đó gồm có cả chúng ta - vừa "tự trói buộc" lẫn nhau và cũng vừa làm nguyên nhân để "tạo tác" ra những hiện tượng khác - thí dụ như chúng ta có thể tạo ra đủ mọi thứ chuyện. Do đó thế giới của mọi hiện tượng không nhất thiết mang tính cách thụ động mà thật ra cũng rất tích cực và chủ động, tuy rằng luôn bị chi phối bởi các quy luật tương-liên và nguyên-nhân-hậu-quả. Chọn thành phần tắt nghĩ là cách thoát ra khỏi tính cách vừa "trói buộc" lại vừa "tạo tác" của thế giới hiện tượng). Đấy chính là cách khiến cho tất cả mọi thể loại hoang mang tâm thần đều phải hội tụ (tan biến) vào tánh không.

Dù cho quý vị có thấu triệt được những gì vừa trình bày hay không, và dù cho quý vị có đem những thứ ấy ra để luyện tập hay không, thì đấy cũng là chuyện của quý vị. Bổn phận của tôi là giải thích mọi sự vật đúng là như thế, còn về sự hiểu biết và lĩnh hội, cũng như việc luyện tập thì đấy là trọng trách của từng quý vị.

Hôm nay tôi xin chấm dứt ở đây.

PHẦN III

PHẢI LUYỆN TẬP NHƯ THẾ NÀO ĐỂ THƯỜNG TRÚ TRONG TÁNH KHÔNG

Trong buổi thuyết trình lần thứ hai vừa qua, tôi đã giải thích thế nào là tánh không. Vì thế hôm nay thiết nghĩ chỉ cần trình bày về các cách luyện tập nhằm giúp thường trú trong tánh không – một điều mà tất cả mọi người đều có thể thực hành được, kể cả những người chưa được học hỏi nhiều về kinh điển Phật Giáo hoặc không có căn bản học vấn cao.

Nhập đề

Để có thể hiểu được "thường trú trong tánh không" là gì thì phải tìm hiểu căn kẽ ý nghĩa của một vài từ như: "hiểu biết", "thực hiện", "quán thấy minh bạch", "thường trú trong...", "trở nên trống không". Dưới đây là cách định nghĩa thông dụng của các từ này:

Hiểu biết = có nghĩa là hiểu biết tánh không

Thực hiện = có nghĩa là thực hiện tánh không

Quán thấy minh bạch = có nghĩa là quán thấy minh bạch tánh không

Thường trú trong... = có nghĩa là thường trú trong tánh không

Trở nên trống không = có nghĩa là trở nên trống không trong tánh không, hay trở thành tánh không.

Vậy đâu là những khía cạnh khác biệt và tinh tế có thể giúp phân biệt các từ và các cách diễn đạt trên đây? Chúng ta phải hiểu như thế nào về ý nghĩa của từng chữ và từng cách diễn đạt ấy tùy theo các bối cảnh và trường hợp khi chúng được nhắc đến?

Tìm hiểu tánh không

Nếu bảo rằng chúng ta "hiểu tánh không", thì tức khắc mọi người sẽ nghĩ rằng chúng ta đã từng có dịp được học hỏi và nghiên cứu về chủ đề này. Thế nhưng nếu không cố gắng suy nghĩ xa hơn thì chúng ta cũng sẽ không thể nào hiểu được tánh không một cách đúng đắn được. Theo ý nghĩa trong Dhamma (Đạo Pháp) thì chữ "hiểu biết" không phải là một sự hiểu biết nhờ vào nghiên cứu, nghe giảng, hay nhờ vào bất thứ gì khác đại loại như thế. Nếu chỉ dựa vào cách hiểu biết như vừa kể (tức nhờ vào sự học hỏi) thì dù cho chúng ta có quả quyết cho rằng mình đã thấu triệt tường tận đi nữa, thì nó vẫn chưa phải là một sự hiểu biết hoàn hảo. Theo cách nói thông thường thì các chữ "biết" và "hiểu" chỉ đơn giản phản ảnh những gì thâu thập được nhờ vào việc đọc sách, nghe giảng, suy nghĩ hay cách suy luận lô-gic (sự hợp lý). Đối với tánh không thì tất cả các cách trên đây không thể nào giúp mang lại sự hiểu biết đúng thật được. "Hiểu tánh không" có nghĩa là ý thức được tánh không với một tâm thức khi nó đã thật sự trống không (trong thiền học thì người ta gọi đấy là một sự hiểu biết - hay quán thấy - bằng trực giác, tuy nhiên phải nói rằng cách giải thích của Buddhadasa trên đây cụ thể và dễ hiểu hơn nhiều. Trong thiền học người ta thường quanh co tìm những phương tiện gián tiếp để chận đứng sự suy nghĩ và hiểu biết quy ước để "quán nhận bằng trực giác", thế nhưng nhiều người bị "khựng" lại vì không thấu triệt được "quán nhận bằng trực giác" là gì vì đấy cũng chỉ là một cách bắt họ phải quay trở lại với các thuật ngữ quy ước). Để có thể hiểu được tánh không là gì thì phải cảm nhận được tánh không ngay vào lúc ý thức được nó (bằng trực giác nếu nói theo thiền học): đấy là giây phút xảy ra một sự cảm nhận trực tiếp. Đấy là gì mà người ta gọi là "hiểu biết tánh không".

Cũng có thể xảy ra trường hợp chẳng hạn như khi được nghe nói đến một thứ gì đó đôi lần và sau đó thì tiếp tục suy nghĩ thêm về chuyện ấy, và cuối cùng thì tâm thức nhờ đã quen với lối suy nghĩ lô-gic của nó nên sẽ cho rằng chuyện ấy là đúng, và trên thực tế thì cũng có thể xảy ra trường hợp là đúng thật như thế. Tuy nhiên đấy cũng vẫn chưa phải là sự hiểu biết mà chúng ta đề cập trên đây (tức sự "hiểu biết" trực tiếp vượt lên trên sự học hỏi). Những gì vừa giải thích cũng chỉ là một sự hiểu biết và thấu triệt theo ý nghĩa thông thường về các chữ ấy. Do đó tôi cũng xin quý vị hãy ghi nhớ ý nghĩa đặc thù của chữ "hiểu biết" trong giáo huấn Phật Giáo ("hiểu biết" trong giáo huấn Phật Giáo là một sự "nhận biết" hay "quán thấy" bằng trực giác vượt lên trên các ngôn từ và các cách diễn đạt quy ước, chẳng hạn như Ma-ha Ca-diếp mỉm cười khi Đức Phật cầm một cành hoa đưa lên. Đức Phật và Ca-diếp cả hai không nói lên một lời nào).

"Hiểu biết Dhamma" có nghĩa là Dhamma thật sự đang hiện hữu và đồng thời chúng ta cũng đang ý thức được sự hiện hữu đó. Cũng thế, hiểu biết tánh không có nghĩa là ý thức được tánh không đang hiển lộ. Chính vì thế mà tôi luôn khuyên mọi người phải thường xuyên ý thức được tánh không bất cứ lúc nào mà nó hiện ra trong tâm thức mình, dù đấy chưa phải là tánh không thật hoàn hảo và toàn diện đi nữa. Thực ra, tánh không phát lộ nhiều lần trong một ngày, và dù chưa thật sự đúng là tánh không bền vững và tuyệt đối đi nữa thì nó cũng vẫn đáng để cho chúng ta theo dõi và tìm hiểu. Nếu ngay từ đầu (trong việc luyện tập) mà chúng ta biết quan tâm đến thể dạng tánh không ấy (dù chưa được hoàn hảo) thì chúng ta cũng có thể làm phát sinh ra được một sự thích thú nào đó khi cảm thấy mình trống không (một thoáng giác ngộ thật nhỏ), và điều đó cũng sẽ góp phần không ít giúp chúng ta đạt được tánh không đích thật (sau này). Tóm lại, "hiểu biết tánh không" có nghĩa là ý thức được tánh không khi nó hiển lộ ra (cách giải thích về sự "hiểu biết" trong Đạo Pháp trên đây vừa giản dị lại vừa chính xác và nhất là «khéo léo» hơn nhiều so với cách mà các vị thiền sư sử dụng các công án để giải thích cùng một sự "hiểu biết" ấy, và để gọi nó là sự nhận thức, quán thấy, nhận biết... bằng trực giác. Sự khéo léo và tuyệt vời của Buddhadasa là cách sử dụng các thuật ngữ rất thông thường để giải thích những gì thật cao siêu và khó nắm bắt. Các công án chỉ là những cách giải thích "không-giải-thích", do đó dù các công án ấy có giúp ích được nhiều người, thế nhưng cũng có thể đã làm cho nhiều người khác rơi vào sự hoang mang nếu họ không đủ sức nắm bắt).

Đối với cách diễn đạt "nhìn thấy minh bạch tánh không" (voir clairement la vacuité / seing emptiness clearly) thì cũng tương tự như cách hiểu trên đây. Đấy là cách nhìn thấy ngày càng minh bạch hơn và chính xác hơn. Khi nào chúng ta ý thức được tánh không của chính tâm thức thì chúng ta cũng nên suy tư về nó, tập trung sự chú tâm vào nó cho đến khi nào đạt được một sự quán thấy trong sáng, sắc bén, và sự quán thấy ấy cũng sẽ có thể gọi là một sự "hiểu biết thâm sâu" (Buddhadasa sẽ trình bày sâu sắc và chi tiết hơn về tánh không hay sự trống không của chính tâm thức trong các đoạn sau, vì đấy chính là niết-bàn. Sở dĩ nêu lên ghi chú này là có ý nhắc người đọc nên lưu tâm đến sự trống không của chính tâm thức hầu có thể nhận thấy quá trình về việc luyện tập đưa đến niết-bàn mà Buddhadasa sẽ trình bày trong phần dưới đây. Thật thế khi nói đến sự quán thấy tánh không thì phản ứng tự nhiên của chúng ta là phóng tưởng ra tánh không của mọi sự vật và quên rằng chính tâm thức mình cũng là một sự trống không).

Đối với cách hiểu của câu "thực hiện tánh không" (raliser la vacuité / realize the emptiness) thì cũng tương tự như trường hợp vừa trình bày. Đấy là thời điểm xảy ra sự thực hiện (sự loé sáng của trực giác). Đối với cách phát biểu quy ước thì chúng ta có thể bảo rằng chúng ta thực hiện được tánh không, thế nhưng trên thực tế thì chính tâm thức (spirit) thực hiện được việc ấy. Tri thức (consciousness) giữ vai trò chủ thể để "ý thức" và "thực hiện" tánh không (sự chính xác ngày càng gia tăng: "chúng ta" thực hiện được tánh không, thế nhưng thật ra thì tâm thức thực hiện, và trong cái tâm thức ấy thì thành phần tri thức giữ vai trò thực hiện. Nếu suy nghĩ kỹ hơn nữa thì chúng ta cũng sẽ nhận thấy tính cách cấu hợp của các chữ "chúng ta", "tâm thức"... và kể cả "tri thức" nếu xem tánh không là một thứ gì khác mà nó thực hiện được. Sự sai lầm của chúng ta là cách "vơ đũa cả nắm" để căn cứ vào đấy - tức là các thứ cấu hợp - như là một tổng thể để tự nhận diện nó là "cái chúng ta" hay "cái của chúng ta").

Thuật ngữ "thường trú trong tánh không" (demeurer dans la vacuité / abiding with the emptiness) được dịch từ tiếng Pa-li sunnatavihara, và có nghĩa là "sống và hít thở bên trong sự ý thức thường xuyên về tánh không".

Sau hết là các câu "là tánh không" hay "trở thành trống không" (être vide / being empty) có nghĩa là gì? Các câu này hàm chứa ý nghĩa là không có một cảm tính nào về "cái tôi" hay cái "của tôi" cả, vì chúng chỉ là một thứ cảm tính phát sinh từ sự bám víu (ngược lại với tánh không). Loại bỏ được cảm tính ấy tức là "trở thành trống không". Thế nhưng cái gì trống không? Xin nhắc lại, đấy là tâm thức trống không (nếu bảo rằng "tôi" trống không hay "chúng ta" trống không thì "cái tôi" vẫn còn lù lù ra đấy), nó đã trút bỏ được cảm tính về "cái tôi" và cái "của tôi" trong cả hai thể dạng thô thiển cũng như tinh tế của nó. Nếu tâm thức khi đã trở thành trống không đến một mức độ mà thể dạng tinh tế của "cái tôi" cũng không còn, thì lúc đó có thể nói rằng tâm thức chính "là tánh không". Cách nói đó cũng trùng hợp với chủ trương của các học phái Phật Giáo khác (các học phái thiền học), vì theo các học phái này tâm thức là tánh không, tánh không là tâm thức; tánh không là Đức Phật, Đức Phật là tánh không, tánh không là Đạo

Pháp, Đạo Pháp là tánh không. Tất cả cũng chỉ là một. Hằng hà sa số những thứ mà chúng ta hiểu biết cũng chỉ là tánh không. Tôi sẽ cố gắng tiếp tục phân tích thêm dưới đây về chữ "trống không" hầu làm sáng tỏ hơn về chữ này.

Vậy tánh không là gì

Chữ "trống không" hay chữ "tánh không" thật sự là để chỉ định hai thứ khác nhau, hay đúng hơn là hai đặc tính khác nhau.

Trước hết nó chỉ định đặc tính của tất cả mọi hiện tượng (xin nhắc lại đây cũng là cách hiểu chủ yếu về chữ tánh không theo các học phái Đại Thừa). Tôi xin quý vị hãy nhớ rằng tất cả mọi hiện tượng đều là tánh không. Ngoài ra cũng nên ghi nhớ thêm là mỗi khi tôi nói đến "tất cả mọi hiện tượng" thì đấy có nghĩa là bao gồm tất cả các vật thể vật chất cũng như tâm thần; hoàn toàn tất cả, từ một hạt bụi cho đến nibbanâ (khi nói đến tất cả mọi hiện tượng thì phản ứng đầu tiên của chúng ta là nghĩ đến những gì xảy ra chung quanh chúng ta, đấy chẳng qua bởi vì cảm tính về "cái tôi" chi phối chúng ta quá mạnh - có đúng thế hay không? Nếu sự kiềm tỏa của "cái tôi" được nới lỏng bớt đi thì chúng ta cũng sẽ có thể phản ứng tự nhiên hơn và dễ dàng hơn để hiểu rằng chính mình và những gì hiển hiện ra trong tâm thức mình cũng chỉ là các hiện tượng, và cũng không khác gì như các hiện tượng "vô nghĩa" và "trống không" khác trong vũ trụ). Phải ý thức thật rõ là một hạt bụi cũng hàm chứa tánh không hay là sự vắng mặt của cái ngã, tức là sự vắng mặt của một thực thể trường tồn và độc lập. Vàng, bạc, kim cương cũng đều hàm chứa chung một đặc tính về sự vắng mặt ấy của một thực thể bất biến. Các vật thể tâm thần -

như tư duy, giác cảm, xúc cảm - đều mang đặc tính của tánh không, tức vắng mặt một thực thể trường tồn và độc lập (độc lập ở đây có nghĩa là tự nó không hiện hữu được, đấy chỉ là hậu quả của sự tương tác và tương kết giữa nhiều hiện tượng khác tạo ra nguyên nhân đưa đến sự hiện hữu của nó, và sự hiện hữu tạm thời đó của nó cũng chỉ là một hiện tượng được sinh ra và nó sẽ tương tác và nối kết với các hiện tượng khác để trở thành một nguyên nhân khác làm phát sinh ra các hiện tượng khác). Việc nghiên cứu và luyện tập Dhamma (Đạo Pháp) cũng mang cùng một đặc tính như thế tức là sự vắng mặt của một thực thể trường tồn và độc lập. Đối với việc thực hiện được Con Đường, quả của Con Đường và niết-bàn, thì tất cả cũng mang cùng một đặc tính ấy - chỉ vì chúng ta không quán thấy được mà thôi. Một con chim sẻ bay ngang trên đầu chúng ta cũng mang đặc tính của tánh không, thế nhưng chỉ vì chúng ta không nhìn thấy cái tánh không ấy của nó mà thôi. Tôi mong rằng quý vị hãy luôn suy nghĩ đến điều này để chiêm nghiệm, quán xét, suy tư, cho đến khi nào có thể nhận thấy được là tất cả đều hàm chứa cái đặc tính ấy của tánh không và để hiểu rằng trước đây chúng ta hoàn toàn mù tịt về sự kiện ấy. Tóm lại thì ai là những người đáng bị chê trách? Có phải là chính chúng ta hay không? Chẳng hạn như câu đố - còn gọi là công án - rất quen thuộc của thiền học Zen như sau: "Một cội thông già cũng tự bảo rằng mình là Đạo Pháp". Cái cội thông ấy biểu lộ cái tánh không của nó, cái tánh không mà nó chia sẻ với tất cả mọi thứ khác, thế nhưng mọi người lại không nhận ra được sự biểu lộ đó, không hiểu được những lời giáo huấn của Dhamma (Đạo Pháp) về sự kiện đó, cũng không nghe thấy những lời tuyên bố đó của tánh không. Đấy là ý nghĩa tiên khởi nhất của chữ "trống không" liên hệ đến tất cả mọi hiện tượng.

Ý nghĩa thứ hai của chữ "trống không" liên quan đến các đặc tính của tâm thức khi tâm thức đã loại bỏ được mọi sự nắm bắt và bám víu. Quý vị nên ghi nhớ điều này: tâm thức trong trạng thái bình thường luôn trống không về "cái tôi", thế nhưng sở dĩ nó không ý thức được là nó trống không chẳng qua là vì nó thường xuyên bị bấn loạn và bị bao phủ bởi các ý nghĩ mang tính cách khái niệm (pensée conceptuelle / conceptual thought) sinh ra và được nuôi dưỡng bởi những sự tiếp xúc giác cảm. Tóm lại là tri thức không ý thức được tánh không của chính nó và cả tánh không của tất cả mọi hiện tượng. Thế nhưng mỗi khi tâm thức trút bỏ hoàn toàn được những gì bao phủ nó - tức là sự u mê và các thứ nắm bắt và bám víu vào các ý nghĩ sai lầm - và tránh xa được hẳn những thứ ấy, thì nhờ vào sự không-bám-víu ấy mà nó sẽ trở thành tánh không.

Do đó có hai thứ tánh không tương quan với nhau: "tánh không của tâm thức không-bám-víu" và "tánh không của tất cả mọi hiện tượng" (tánh không của "nội tâm" và tánh không "bên ngoài"). Vì sự kiện tất cả mọi hiện tượng thật sự đều mang đặc tính về sự vắng mặt của "cái tôi", tức là một thực thể trường tồn và độc lập hầu có thể nắm bắt hay bám víu vào đấy, nên chúng ta cũng nhờ đó mà có thể nhìn thấy được sự thật về tánh không. Thật vậy, nếu chúng không trống không về cái ngã của chúng thì không thể nào có thể nhận ra được cái tánh tánh không của chúng (một sự suy luận vô cùng lô-gic). Tuy thế, dù cho tất cả mọi hiện tượng đều trống không thế nhưng chúng ta lại nhìn thấy chúng không-trống-không. Tâm thức bị che khuất bởi một màn bao phủ kín mít làm cho nó bị u mê nên khiến nó cứ thế mà nắm bắt tất cả và bám víu vào tất cả để rồi xem đấy là cái ngã. Một hạt bụi cũng không tha! Một hạt bụi dù bé tí xíu cũng vẫn cứ được xem là một thực thể độc lập, và vì thế nên một "người khác" là một "một người khác" nhất định không phải là "tôi". Chúng ta dán vào trán của "người ấy" một nhãn hiệu nào đó, và dán luôn các nhãn hiệu khác cho các thứ chung quanh chúng ta và cả bên trong chúng ta - đây là cái này, đó là cái kia - và cứ thế chúng ta nhìn mọi sự vật đều hàm chứa một thực thể trường tồn và độc lập (cách "suy nghĩ" và "quán thấy" của chúng ta là cách phá vỡ hiện thực ra từng mảnh vụn để xác định và đặt tên cho từng "mảnh một" để xem đấy là "từng thứ" một, mang một "thực thể" riêng biệt).

Chính vì lý do đó nên thật hết sức quan trọng phải thấu triệt một cách đúng đắn chữ "trống không" là gì. Một cách vắn tắt thì trước hết đấy có nghĩa là hiểu được rằng tánh không chỉ là một đặc tính của tâm thức khi nó không bám víu vào bất cứ thứ gì (đặc tính của một tâm thức thực hiện được tánh không). Khía cạnh thứ nhất ấy của tánh không là một đối tượng của sự hiểu biết mà nó tự thực hiện được cho chính nó. Đối với khía cạnh tánh không thứ hai thì đó là đặc tính của chính tâm thức khi nó trống không và đã thực hiện được sự thật của tánh không (tâm thức đã trở thành chính tánh không). Vì thế khi tâm thức nhìn thấy tánh không của tất cả mọi sự vật thì tâm thức tự nó sẽ tan biến hết và chỉ còn lưu lại tánh không (khi mọi hiện tượng trở thành trống không trong tâm thức thì tâm thức cũng là một hiện tượng nên nó cũng sẽ trở thành trống không như sự trống không của những hiện tượng khác mà nó quán nhận được, những gì còn lại là một sự trống không toàn diện và tuyệt đối). Tâm thức sẽ trở thành chính tánh không và sẽ nhận thấy tất cả chỉ toàn là trống không, từ một hạt bụi cho đến niết-bàn. Khi nào thực hiện được một cách hoàn hảo sự thực đó thì các vật thể vật chất, con người, thú vật, thời gian, không gian, tức là mọi thể loại dhamma, tất cả đều sẽ tan vào tánh không. Đấy là ý nghĩa của chữ "trống không".

Sự tắt nghỉ của cái tôi

Những gì tôi trình bày cho đến đây có lẽ cũng đủ để giúp quý vị tự mình hiểu được hay nhận thấy được rằng ý nghĩa của chữ "trống không" cũng tương đương như sự tắt nghỉ tuyệt đối của "cái tôi" và cái "của tôi", sự hủy diệt hoàn toàn cảm tính cho rằng mình là một cá thể con người tách rời ra khỏi thế giới.

"Cái tôi" chỉ là một sự tạo dựng tâm thần. Nó sẽ hiện ra khi có sự nắm bắt và bám víu xảy ra trong tâm thức. Thế nhưng chúng ta lại không nhìn vào sự tạo dựng ấy như là một thứ gì trống không mà chúng ta lại trông thấy nó như là "cái tôi", lý do là vì sự nắm bắt và bám víu ấy trong tâm thức bị chi phối bởi u mê. Vì tâm thức u mê - tức là không nhận biết được sự thật - thì tự nhiên sẽ sinh ra bám víu. Chúng ta không hề cố tình tạo ra sự bám víu hay chủ tâm làm phát sinh ra "cái tôi". Khi tâm thức u mê thì không thể nào tránh khỏi sẽ cảm nhận được đủ mọi thứ hiện tượng hiện ra với tính cách là những thực thể độc lập, không nhất thiết bắt buộc phải cần đến một ý định mang tính các chủ tâm nào cả (nếu "cái tôi" là một sự "cố tình" thì tương đối sẽ dễ loại bỏ nó, thế nhưng nếu "cái tôi" là một hậu quả hiện ra một cách tự nhiên từ một tâm thức u mê thì sẽ rất khó để có thể loại bỏ được nó).

Nếu thực hiện được một sự hiểu biết đích thật và

nhìn thấy mọi sự vật đúng thật là như thế thì cũng nhờ đó sẽ nhận ra tánh không cũng chẳng phải là gì khác hơn là sự tắt nghỉ hoàn toàn của cái ngã. Do đó cũng có thể nêu lên nguyên tắc cho rằng sự "trống không" cũng chính là sự tắt nghỉ tuyệt đối của cái ngã. Vì thế đến đây chúng ta cũng nên tìm hiểu xem "sự tắt nghĩ tuyệt đối" thật sự có nghĩa là gì.

Một sự tắt nghỉ không tuyệt đối và một sự tắt nghỉ tuyệt đối sẽ khác nhau như thế nào? Sự tắt nghỉ không tuyệt đối chỉ đơn thuần là một sự thay đổi hình tướng; thí dụ một hình tướng cho thấy rõ ràng là nó tắt nghỉ, thế nhưng trên thực tế thì nó vẫn còn lưu lại một mầm mống nào đó làm nguyên nhân cho sự phát sinh ra một hình tướng khác, và do đó sự nắm bắt và bám víu vẫn còn tồn lưu trong tâm thức (để bám víu vào cái mầm mống ấy).

Khi tri thức nhận biết sự thật - tức là sự hiểu biết Dhamma - chưa đạt đến chỗ tối hậu thì nó cũng sẽ chưa hội đủ khả năng để làm chấm dứt được một số hình thức bám víu nào đó trong một số trường hợp nào đó. Thí dụ một số người có thể sẽ cho rằng hạt bụi bé tí xíu chẳng có một thực thể độc lập nào cả, nhưng một con chim sẻ thì nhất định là phải có. Một số người khác thì cho rằng cây cỏ và thú vật không có một thực thể độc lập, nhưng con người thì có. Trong số những người cho rằng con người là một thực thể độc lập hàm chứa một cái ngã, thì cũng có một số cho rằng thân xác là vô ngã nhưng tâm thức thì hữu ngã. Đấy là những gì gọi là một sự tắt nghỉ không tuyệt đối (không được trọn vẹn và hoàn toàn). Một số thể dạng thì tắt nghỉ thế nhưng đối một số thể dạng khác thì vẫn có người xem là có cái ngã (thí dụ như trường hợp mà Buddhadasa vừa nêu lên trên đây: thân xác tắt nghỉ thế nhưng "linh hồn" thì trường tồn nhờ có "cái ngã", đấy là những sự hiểu biết chưa đạt đến chỗ tối hậu), và kể cả trường hợp có người mặc dù cho rằng tâm thức không có cái ngã thế nhưng lại xem một số phẩm tính nào đó của tâm thức thì có cái ngã, thí dụ như đạo đức chẳng hạn. Hoặc là người ta cũng có thể cho rằng đạo đức không có "cái tôi" thế nhưng những gì vượt ra khỏi thời gian, thí dụ như thành phần nibbanâ, thì hữu ngã (cũng xin phép được nhắc lại là nibbanâ - niết-bàn - cũng chỉ là một đối tượng cảm nhận của tâm thức, do đó nó cũng chỉ là một hiện tượng như các hiện tượng khác, vì thế nó phải là vô ngã). Các hình thức tắt nghỉ không được hoàn toàn như trên đây luôn luôn lưu lại một hạt mầm (có thể liên tưởng đến "vết hằn" của nghiệp trên dòng lưu chuyển của tri thức). Tóm lại là chỉ khi nào xóa hết tất cả mọi thứ, kể cả thành phần nibbanâ, như là những thứ không hàm chứa cái ngã, thì đấy mới là một sự tắt nghỉ đích thật và tuyệt đối của cái ngã.

Tóm lại sự "tắt nghỉ tuyệt đối của cái ngã" có nghĩa là sẽ không còn một sự hiển hiện nào của một tri thức hàm chứa "cái tôi" nữa. Trên phương diện thực hành thì đấy là cách phải ngăn chận sự hiển hiện của nó, và phải dựa vào đấy để luyện tập thật đúng đắn và kiên trì. Sự ngăn chận không cho tri thức hàm chứa "cái tôi" có thể hiển hiện cũng có thể gọi là sự "tắt nghỉ tuyệt đối của cái ngã". Một sự luyện tập đúng đắn không chê trách được là một sự luyện tập nhằm loại bỏ vĩnh viễn tri thức về một cái ngã - nói một cách khác là không cho sự ý thức đó có thể hiện lên bất cứ lúc nào.

Sự sinh của cái tôi

Những gì đã được giải thích đến đây có lẽ cũng

đã đủ để mỗi người có thể hiểu được thế nào là "sự sinh ra cái tôi". Sự sinh ở đây không liên quan gì đến sự sinh ra đời của một hài nhi, mà là sự sinh bên trong bầu không gian rộng lớn của tâm thức. Do đó tôi cũng xin quý vị cố gắng lưu ý là cảm tính cho rằng "đây là tôi" hiện ra - tức sinh ra bên trong tâm thức - là sự sinh mà chúng ta đang đề cập, đấy không phải là sự sinh của một thân thể vật chất (dụng ý là không nên lầm lẫn với một sự tái sinh thuộc chu kỳ luân hồi).

Cũng nên hiểu thật rõ rằng dù cho thân thể vật chất được sinh ra từ trong bụng mẹ thế nhưng người ta vẫn có thể xem sự sinh thể xác ấy hoàn toàn vô nghĩa nếu nó không được kèm thêm một sự sinh mang tính cách tâm thần: tức là sự sinh của tri thức về cái ngã. Thân thể sẽ chỉ là một khối vật chất cho đến khi nào có sự nắm bắt và bám víu vào một cái ngã được ghép thêm vào đấy. Chỉ khi nào có sự ghép thêm sự nắm bắt và bám víu ấy thì sự sinh ra cái khối thịt mới có thể gọi là toàn vẹn (thật ra não bộ của một hài nhi đã bắt đầu "hoạt động" từ trong bụng mẹ, thế nhưng sự bám víu vào "cái tôi" của nó, tức là sự sinh ra cái ngã, chỉ xảy đến sau này khi đứa bé tiếp xúc với bối cảnh chung quanh và khi các cơ quan giác cảm của nó hoạt động một cách hữu hiệu và trọn vẹn giúp cho tâm thức nó ý thức được "cái" tôi của chính nó). Vào thời điểm khi sự ý thức về cái ngã hiện ra với đứa bé, thì khi đó người ta mới có thể nói là nó đã thực sự "sinh ra". Tóm lại khi nào cảm tính đó vắng mặt thì con người "chết" và trở thành một khối thịt. Khi nào không có bất cứ một thứ cảm tính hay giác cảm nào kích động sự xuất hiện của cái ngã thì khi đó không có sự sinh - và đấy cũng tương tự như một người đã chết. Thế nhưng khi vừa xảy ra một sự tiếp xúc với một đối tượng giác cảm và tri thức về cái ngã hiện ra, thì tức khắc một "sự sinh" mới cũng sẽ xảy ra, và không lâu sau đó cũng sẽ xảy đến một "cái chết" mới. Do đó người ta có thể nói rằng mỗi con người được "sinh ra nhiều lần" trong một ngày.

Phép luyện tập để có thể sống trong tánh không là: phải luyện tập như thế nào để tri thức về cái ngã không hiện ra được trong cái khối thịt ấy (để cắt đứt sự sinh). Đấy là điều chủ yếu nhất. Phần còn lại là phải luyện tập như thế nào và vào những lúc nào, tức là trong những bối cảnh như thế nào. Các điểm này sẽ được giải thích trong phần dưới đây.

Nhằm giúp cho việc trình bày được dễ hiểu hơn, chúng ta sẽ phân chia việc luyện tập căn cứ vào ba bối cảnh hay hoàn cảnh sau đây:

1) những lúc bình thường

2) những lúc có sự tiếp xúc giác cảm xảy ra

3) và lúc xảy ra cái chết vật chất

1- Luyện tập trong những lúc bình thường

Tại sao lại phải luyện tập trong những lúc bình thường tức là những khi chưa xảy ra sự tiếp xúc với các đối tượng giác cảm? "Những lúc bình thường" là những lúc sinh hoạt đơn độc một mình, thí dụ như khi làm các công việc thường nhật hay là trong những lúc thiền định nghiêm chỉnh. Trong những lúc như thế chúng ta thường không gặp các khó khăn gây ra bởi các thứ tiếp xúc giác cảm. Đấy là những lúc đang làm một việc gì đó thật đơn giản, chẳng hạn như đọc sách, hoặc suy nghĩ về một chuyện gì đó - điều thiết yếu là không được để cho tâm thức bị xao động bởi một sự tiếp xúc giác cảm nào. Trong những lúc ấy chúng ta sẽ suy nghiệm và tìm hiểu xem mọi sự vật trống không về cái gì và phải làm thế nào để trút bỏ tất cả những gì làm cho tâm thức bị u mê, hầu có thể giải thoát cho nó. Nên suy tư về các chuyện ấy, tập luyện cho chính mình, hỏi han những người chung quanh và thường xuyên cùng nhau thảo luận. Phải thật kiên trì.

Ngoài ra cũng có thể thực hiện bằng một con đường tắt dành cho những người thế tục, nhất là những người chưa có dịp quy y hoặc học hỏi Kinh Sách, kể cả những người không biết đọc. Dù sao thì cách luyện tập này cũng mang cùng một ý nghĩa và mục đích như đã được trình bày trên đây: tức là hiểu biết về tánh không của tất cả mọi sự vật. Đối với nhóm người này, chúng ta không nên nói đến tánh không bởi vì họ sẽ chẳng hiểu gì cả. Chúng ta chỉ nên đơn giản tập cho họ biết suy tư về những gì đáng để chiếm hữu và những gì đáng để trở thành như thế. Thí dụ trong số những thứ như: kiếm được nhiều tiền, nhiều của cải, danh vọng, uy quyền... thì có thứ nào đáng cho mình được trở thành như thế và đáng cho mình đạt được nó hay không?

Có được nó và được trở thành như thế

Trước hết chúng ta phải nắm vững các chữ "có được nó và được trở thành như thế" (avoir et être / having and being) mang ý nghĩa như thế nào. Các chữ này liên quan trực tiếp đến sự nắm bắt và bám víu. Các chữ "có được nó" hay "chiếm hữu được nó" có nghĩa là chúng ta nắm bắt một thứ gì đó và xem đấy là của mình. Thí dụ chúng ta đem kim cương và nữ trang chất đầy một gian phòng thế nhưng không nắm bắt một thứ nào cả, không hề có một mảy may cảm tính nào về sự chiếm hữu những thứ ấy, tương tự như chúng ta chẳng hề có chúng. Cái đống đá quý đó đang sờ sờ ra đấy thế nhưng đối với chúng ta thì nó chẳng mang một giá trị gì cả. Trái lại nếu nắm bắt vào khái niệm về một "cái tôi" thì tức khắc sẽ phát sinh ra ngay các ý nghĩ như sau: "Tôi có nó, nó là của tôi" - như thế gọi là "có nó" hay "chiếm hữu" được nó. Nên hiểu các chữ này đúng theo ý nghĩa trên đây.

Tôi lại xin lập lại với quý vị thêm một lần nữa câu hỏi đã được nêu lên trước đây: vậy thì cái gì đáng cho chúng ta có nó, chiếm hữu được nó? Cái gì sau khi đã trở thành của quý vị mà không mang đến cho quý vị khổ đau? Tuyệt đối bất cứ gì hiện hữu đều sẽ thiêu đốt, đâm thủng, bóp ngạt, cột chặt, bao phủ và đè bẹp người chiếm hữu được nó, ngay vào lúc mà nó trở thành sở hữu của người ấy (tuyệt vời thay một sự nhận xét! Chiếm hữu những gì "từ bên ngoài" sẽ đem đến cho mình khổ đau là một điều khá dễ để nhận thấy. Chiếm hữu những gì "từ bên trong" tương đối ít có ai chú ý: thật thế thân xác và tâm thức "của chúng ta" đang bốc cháy và sẽ thiêu rụi chúng ta chỉ vì chúng ta đang nắm bắt và bám víu vào chúng như là chính "chúng ta". Chúng ta có bao giờ lo buồn, hy vọng, sợ hãi, yêu thương, mặc cảm, hãnh diện, soi gương ngắm nghía dung nhan của mình hay không? Ấy là "cái tôi" và cái "của tôi" đang thiêu đốt chúng ta đấy). Thế nhưng nếu như cái đống đá quý chất đầy trong gian phòng không gợi lên bất cứ một cảm tính chiếm hữu hay xác định nào (là của tôi), thì cũng sẽ không có một vết bỏng nào, một sự bóp ngạt nào hay một sự đè bẹp nào cả. Đấy là điều mà người ta gọi là "không có nó" và "không trở thành như thế". Vậy thì những gì có thể giải thoát chúng ta khỏi khổ đau khi chúng ta chiếm một cái gì đó để làm sở hữu hay là khi chúng ta trở thành như thế?

Mỗi khi mà cảm tính có được nó hay được trở thành hiện ra thì dù là mình đang ở trong gian phòng chất đầy đá quý hay đang ở giữa một khu rừng hoang hoặc đang ở vào phía bên kia địa cầu, thì chúng ta cũng không thể nào tránh được khổ đau. Nếu quý vị có con cái sống ở nước ngoài và nếu quý vị cứ bám víu vào cái tôi của mình thì quý vị cũng sẽ hiểu rằng dù con cái ở nơi xa xôi thế nhưng chúng vẫn có thể làm cho quý vị mất ăn mất ngủ, kể cả gây ra tình trạng khủng hoảng tinh thần cho quý vị?

Do đó tôi khuyên quý vị nên thường xuyên suy nghĩ xem những gì đáng cho mình bám víu và những gì đáng cho mình được trở thành như thế. Thử hỏi có chăng một thứ gì đó mà khi mình chiếm hữu được nó hay được trở thành như thế mà lại không mang lại khổ đau cho mình hay không? Khi nào chúng ta nhìn thấy được sự thật - rằng không có bất cứ một thứ gì trong thế giới này đáng để cho chúng ta phải khổ sở vì các hậu quả mang lại từ cảm tính "được có nó" hay "được trở thành như thế" - thì khi đó chúng ta mới có thể trở nên dửng dưng đối với tất cả mọi sự vật được. Dù phải làm một việc gì - thu dọn đồ đạc, sắp xếp công việc, gom góp các vật dụng, tiêu xài... hoặc bất cứ thứ gì khác, thì chúng ta cũng chỉ nên làm những gì cần phải làm. Có nghĩa là không nên để cho tâm thức cảm thấy rằng nó có được cái này hay trở thành như thế kia! Quý vị nên giữ tâm thức luôn phù hợp với nguyên tắc: "hành động nhưng không có chủ thể hành động" (l'action sans l'acteur / doerless doing):

Hành động được hoàn tất, thế nhưng không hề có một chủ thể nào hành động cả

Con đường đã đi hết, thế nhưng chẳng hề có một người nào bước đi trên con đường

Các lời phát biểu ấy của Đức Phật là nhằm để gợi lên hình ảnh của một vị A-la-hán, một Sinh Linh đã đạt được sự thực hiện, đã tu tập Dhamma, đã đi trọn Con Đường Cao Quý (Bát Chánh Đạo) và đã đạt được nibbanâ. Thế nhưng nơi vị ấy không hề còn lưu lại bóng dáng của một người tu tập hay của một người đang đi nào cả.

Nguyên tắc "hành động nhưng không có chủ thể hành động" phải được thấu triệt và đem ra áp dụng vào đời sống thường nhật của mình. Dù đang ăn, đang thiền định, đang ngủ, đang đi hay làm việc, hoặc làm bất cứ một công việc gì, thì chúng ta cũng phải cẩn thận không để cho cảm tính của cái tôi hiện lên, tức là cảm tính cho thấy chính "tôi" đang hành động, đang ăn, đang làm việc, v.v... Chúng ta phải thường xuyên trút bỏ "cái tôi" ra khỏi tâm thức mình, hầu tánh không có thể trở thành một thể dạng tự nhiên giúp chúng ta luôn ý thức được rằng không có bất cứ gì đáng cho chúng ta có nó hay để trở thành bất cứ một thứ gì.

Chúng ta có thể vừa tu tập Dhamma vừa hoàn tất một cách bình thường các công việc hằng ngày dù chúng có bắt buộc chúng ta phải thường xuyên di chuyển hết nơi này đến nơi khác cũng thế. Không có bất cứ một lý do gì bắt buộc chúng ta phải tách rời Dhamma ra khỏi cuộc sống thường nhật của mình.

Hòa nhập cả hai thứ (Đạo Pháp và cuộc sống thường nhật) vào nhau là một phép tập luyện ở vào một cấp bậc thật cao. Nếu sự chú tâm luôn hiện diện và kết hợp với sự ý thức minh bạch về vô ngã, thì chẳng những mọi công việc sẽ được hoàn tất một cách hoàn hảo và không sai lầm, mà đồng thời Dhamma sẽ còn được phát huy thêm và sẽ trở nên vững vàng hơn trong tim mình. Không tìm cách để có được cái này cũng không tìm cách để chiếm giữ cái kia phải là thể dạng bình thường của tâm thức.

Tìm cách đối phó để không "trở thành như thế" là một việc tương đối dễ dàng. Quý vị hãy suy nghĩ như thế này: có một thể dạng nào mà sau khi đã đạt được nó mà nó lại không mang lại đau khổ hay không? Phải luôn tự hỏi như thế để suy tư, đấy là một phương pháp thật hữu hiệu. Chữ "trở thành như thế" (être / being) cũng giống như chữ "có được nó" (avoir / have) hay "chiếm hữu" được nó (obtenir / gain) chỉ mang một ý nghĩa nào đó trong trường hợp "trở thành như thế" đi kèm theo một sự nắm bắt và bám víu vào ý nghĩ "tôi là như thế" (je suis / I am). Nếu đang ở giữa một gian phòng chất đầy vàng thế nhưng chúng ta không phát lộ một cảm tính nào về sự chiếm hữu cả, thì cũng sẽ chẳng có một ý nghĩ nào về sự kiện "có được nó" hay "trở thành như thế". Dù trên phương diện luật pháp, các quyền tư hữu cũng như các quy ước do tập thể xã hội thiết đặt có mang một giá trị nào đi nữa, thế nhưng chúng ta cũng nên cố gắng từ trong thâm tâm không để cho những thứ sự thật tương đối ấy lừa phỉnh mình khiến cho mình cứ tưởng đấy là những sự thật tuyệt đối (một câu nói đáng để suy nghĩ: chớ nên bám víu vào cái quyền sở hữu của mình, vào các quy ước xã hội, vào luật pháp được cho là để bảo vệ mình, bởi vì sự bám víu ấy cũng chỉ là một hình thức ngây thơ và dại dột, một cách tự lừa phỉnh mình mà thôi).

Thí dụ, khi một người phụ nữ sinh ra một đứa bé, thì theo cách suy nghĩ thường tình đương nhiên có thể bảo rằng người phụ nữ ấy đã trở thành một người mẹ. Bởi vì nếu không tự cho rằng mình là một người mẹ thì mình cũng sẽ không phải là một người mẹ (trên thực tế mình là một người mẹ thế nhưng nếu không bắt tâm thức ý thức rằng mình là một người mẹ thì mình cũng sẽ không phải là một người mẹ). Hoặc ngược lại, tự lừa dối mình bằng cách tưởng tượng ra rằng mình là một người mẹ thì cũng không phải vì thế mà mình sẽ trở thành một người mẹ (tức là các cách bám víu của con người để tự nhận diện lấy mình như thế này hay thế nọ, và đấy là sự vận hành đặc thù của tâm trí con người khác hơn với thú vật). Con gà mái mẹ, con chó cái mẹ, con bò cái mẹ, và đủ mọi thứ mẹ khác nữa, tất cả tự xem mình là mẹ (một cách tự nhiên - hay "tự nó" là như thế - không cần phải suy nghĩ hay bám víu gì cả) và xem tình thương con mình là một sự tự nhiên, không cần phải tạo ra cảm tính ấy để bám víu vào nó: đấy chỉ là bản năng tự nhiên của sinh vật (nhắm để giải thích thêm về cách lý luận khá khúc triết và dự nhận xét tinh tế trên đây, nên cũng xin mạn phép kể hầu người đọc một câu chuyện nhỏ như sau: một hôm tôi trông thấy trong ngôi vườn của tôi có một con chim sáo vừa nhảy cuống quýt trên một cành cây thấp vừa phát ra những tiếng kêu rất thống thiết và bất thường. Lấy làm lạ tôi bèn bước đến gần gốc cây thì thấy trong một cái thùng lớn trống không dùng để hứng nước mưa tưới vườn đặt bên cạnh gốc cây, có một con chim sáo con rơi trong đó, tuy đã đủ lông nhưng chưa biết bay. Tôi đưa tay định lật nghiêng cái thùng để giúp nó thoát ra ngoài. Chưa kịp nắm vào miệng thùng thì con chim mẹ bay sầm vào mặt tôi để tấn công, tôi vội vung hai tay để đỡ. Con chim sợ hãi bay trở lại cành cây và tiếp tục kêu. Lúc ấy tôi mới có thể lật nghiêng chiếc thùng để giải thoát cho chim con. Sau khi ra thoát thì nó chui vào một bụi cây gần đó, chim mẹ bay theo rồi đứng sát bên cạnh chim con và nhìn tôi. Câu chuyện trên đây cho thấy chỉ cần bản năng thúc đẩy thì một con chim nhỏ xíu cũng dám liều lĩnh chống lại con người để bảo vệ con nó. Con người thì ngoài bản năng còn tạo ra thêm cho mình đủ mọi thứ nắm bắt và bám víu dưới đủ mọi hình thức phức tạp - thí dụ con mình đẹp nhất, thông minh nhất, ngoan ngoãn nhất, mình hãnh diện là một người mẹ,v.v... - khiến tạo ra thêm cho mình mọi thứ khổ đau từ thô thiển cho đến thật tinh tế).

Những ai quán thấy được sự thật sẽ vượt lên một mức độ cao hơn. Họ biết sẽ phải làm thế nào để loại bỏ mọi sự nắm bắt và bám víu phát sinh từ sự u mê không cho phép mình nhìn thấy được sự thật tuyệt đối (tình thương con phát sinh từ bản năng là một sự tuyệt đối, cảm tính cho rằng mình "là một người mẹ" (être / being) là một sự bám víu. Dù sao thì cách lập luận và thí dụ do Buddhadasa nêu lên trên đây cũng khá tinh vi và khó nắm bắt, người đọc có thể suy nghĩ thêm một chút xíu sẽ nhận thấy được sự khác biệt giữa bản năng tự nhiên và sự bám víu).

Cũng có thể sẽ có một số người phụ nữ phản kháng lại rằng: "Tại sao không được xem chúng tôi là mẹ? Đấy là những gì vô cùng tàn nhẫn và vô tình! Có phải là quý vị muốn chúng tôi không được thương yêu con cái của chúng tôi hay sao?". Quý vị nên lắng nghe thật kỹ nhé, nào có phải đấy là tất cả những gì mà tôi muốn nêu lên đâu. Tôi chỉ muốn nói rằng mình vẫn có thể là một người mẹ, hành động như một người mẹ với tất cả sự quán thấy trong sáng về sự thật tối hậu của mọi sự vật. Không nhất thiết phải nắm bắt và bám víu vào cảm tính ấy (cho mình là một người mẹ) thì khi đó mình mới là một người mẹ, vì đấy chỉ là những gì sẽ mang lại khổ đau. Nào có cần đến phải cảm thấy bất hạnh, lòng mình tan nát và nước mắt đổ xuống đâu (mới cảm thấy được mình là một người mẹ). Niềm khổ đau đó phát sinh từ tình trạng không còn biết phải làm thế nào để trở thành một người mẹ, và cho thấy mình chỉ là một người mẹ hành động không thích nghi với Dhamma (xin được chắp tay kính phục tư tưởng và sự nhận xét của một người tu hành).

Do đó, khi đã là một người mẹ thì đương nhiên sẽ phải gánh chịu cái khổ đau của một người mẹ; khi đã là một người con trai hay một người con gái thì mình cũng sẽ khổ đau cái khổ đau của một người con trai hay một người con gái; khi đã là một người cha thì mình cũng phải khổ đau cái khổ đau của một người cha. Quý vị hãy tự hỏi như thế này: được làm mẹ có phải là một sự vui thích hay không? Được làm cha có phải là một sự vui thích hay không? Trong số quý vị nếu có những ai trọng tuổi và đã nuôi con mình đến lúc trưởng thành thì hãy nghĩ lại xem sao. Cứ thử trả lời câu hỏi ấy đi? Nếu không trả lời được thì biết đâu quý vị cũng có thể nhún vai để biểu lộ một sự đồng tình nào đó. Được làm mẹ có phải là một sự thích thú hay không? Được làm cha có phải là một sự thích thú hay không? Đấy là những điều mà quý vị cần phải suy nghĩ thật sâu xa, để có thể ý thức được chúng một cách thật giản dị và tự nhiên trong những lúc mà tâm thức quý vị không bị xao động bởi một sự tiếp xúc giác cảm nào.

Có thể xem là một sự vui sướng khi được trở

thành một thứ gì đó, dù cho đấy là bất cứ gì hay không

Được trở thành một người chồng có phải là một sự vui sướng hay không? Được trở thành một người vợ có phải là một sự vui sướng hay không? Quý vị hãy tự vấn xem sao. Những ai đã từng kinh nghiệm trong các vai trò ấy tất sẽ phải lắc đầu.

Được làm một người đàn ông có phải là một sự thích thú hay không? Được làm một người phụ nữ có phải là một sự thích thú hay không? Nếu quý vị biết phát huy sự chú tâm của mình từng bước một thật đúng đắn và khéo léo nhằm giúp mình nhận biết được sự thật của mọi sự vật, và nếu sự chú tâm ấy trở nên thật tinh tế và sáng suốt, thì quý vị cũng sẽ phải lắc đầu để trả lời rằng không. Làm một người phụ nữ sẽ phải khổ đau với tư cách một người phụ nữ; làm một người đàn ông sẽ phải khổ đau với tư cách một người đàn ông.

Được làm một đứa bé có phải là một sự vui sướng hay không? Được làm một người trưởng thành có phải là một sự vui sướng hay không? Những đứa trẻ con có thể sẽ bảo rằng: "Có chứ, thích lắm", thế nhưng hiện nay chúng ta đang là những người người lớn, hoặc là những người đã trọng tuổi, và nếu nhìn lại phía sau thì thử hỏi chúng ta còn có thể bảo đấy là một sự vui sướng hay không? Nếu cứ nắm bắt và bám víu thì một đứa bé sẽ phải gánh chịu khổ đau của một đứa bé, một người lớn sẽ gánh chịu khổ đau của một người lớn (những gì trình bày trên đây là những hình thức biến dạng của khổ đau, bởi vì sự sinh chính nó đã là nguyên- nhân-cội-rễ của tất cả mọi thứ khổ đau rồi).

Nếu đẩy sự suy luận xa hơn: thì được làm con người có phải là một điều đáng để mong ước hay không? Có đáng để trở thành một con người hay không? Con người mà quý vị đang có, có phải là một điều đáng để có nó hay không? Hay tốt hơn nên trở thành một con thú? Dù trở thành bất cứ gì, một vật thể hoặc một thứ gì ngược lại với nó - thì thứ nào tốt hơn hết? Được làm người, làm một sinh linh nơi địa ngục, làm một thiên nhân trên trời - thì thử hỏi tất cả những thứ ấy có đáng để mình trở thành hay không?

Tất cả những câu hỏi trên đây sẽ giúp chúng ta, nhờ vào sự hiểu biết sáng suốt của mình, để nghĩ lại xem là mình đã đánh giá đúng vị thế và vai trò của sự nắm bắt và bám víu trong mối tương quan giữa chúng ta và các sự vật cũng như của cả thế giới hay không? Những ai đã nhận thấy được những đau khổ mang lại từ sự nắm bắt và bám víu tất sẽ tiếp tục lắc đầu, bởi vì trở thành một con người sẽ phải chịu đựng những khổ đau của một con người, hoặc trở thành một thiên nhân thì cũng sẽ phải chịu đựng những khổ đau của một thiên nhân. Nếu chúng ta trống không, không tự xem mình là bất cứ một thứ gì cả, không phải là một con người cũng chẳng phải là một thiên nhân, thì khổ đau của một con người cũng như khổ đau của một thiên nhân cũng sẽ không có. Nếu chúng ta là con người hay là các thiên nhân bị kiềm tỏa bởi những xung năng của sự nắm bắt và bám víu, thì đấy có phải là một sự vui sướng hay không? Tất cả những ai đã thực hiện được sự thật cũng sẽ lắc đầu cho biết là không.

Chúng ta hãy thử suy luận xa hơn nữa để xem là có đáng để được làm một người tốt hay không? Có đáng để được làm một người xấu hay không? Nếu nêu lên câu hỏi: ai muốn được làm một người tốt, tất sẽ có nhiều cánh tay đưa lên. Thế nhưng những người này nào có hiểu được là bám víu vào sự kiện được làm một người tốt thì cũng sẽ phải gánh chịu khổ đau của một người tốt, chẳng khác gì như một người xấu phải gánh chịu khổ đau của một người xấu. Nếu nắm bắt chính mình và bám víu vào cảm tính được "trở thành" một cái gì đó hay một nhân vật nào đó, thì mình cũng sẽ chẳng tìm thấy được hạnh phúc bởi vì chính cái thể dạng hay nhân vật mà mình được trở thành cũng sẽ bị nghiền nát dưới sức nặng của chính thể dạng ấy hay nhân vật ấy. Nếu có một vài thể dạng khổ đau không phát lộ một cách hiển nhiên - bởi vì chỉ cần một chút thích thú hay xao lãng thật nhỏ nhoi xen vào cũng đủ để che khuất được cái khổ đau ấy - thì thật ra đấy cũng chỉ là một tình trạng bị đánh lừa bởi sự vui sướng hay các thứ xao lãng khác, vì thế người ta vẫn cứ muốn được có nó, được là như thế, được chiếm hữu nó hoặc tranh đấu để đạt được nó với tham vọng sẽ được trở thành như thế này hay thế nọ.

Thật thế, thiên nhiên luôn tìm cách đánh lừa và gài bẫy chúng ta khiến chúng ta phải rơi vào khổ đau. Sau đây là một thí dụ thật hiển nhiên: sự phát tán và lan truyền của một loài sinh vật - nói cách khác là sự sinh sản - là một hình thức khổ đau. Thế nhưng đấy cũng chỉ là một cách đánh lừa thật khéo léo (của thiên nhiên) khiến mọi người nhất quyết xem sự sinh đẻ là một niềm hân hoan (khoa học phân tích được quá trình của sự sinh, một nhà tư tưởng nhìn thấy được bản chất của sự sinh ấy, một người tu hành nhìn thấy được khổ đau tàng ẩn và bàng bạc bên trong cái bản chất ấy của sự sinh). Nếu họ nhìn thấy được sự thật thì tất nhiên là họ sẽ không để cho thiên nhiên diễu cợt mình đến như thế.

Được trở thành một người tốt có phải là một sự vui sướng hay không? Được trở thành một người xấu có phải là một sự vui sướng hay không? Hãy cứ suy nghĩ đi!

Tuy nhiên cũng có thể là nên suy nghĩ như thế này: có đáng để được trở thành một người may mắn hay không? Có đáng để được trở thành một người thiếu may mắn hay không? Những ai hấp tấp và thiếu thận trọng sẽ có thể vội vàng trả lời ngay là được may mắn thì nhất định sẽ phải thích thú lắm chứ, thế nhưng những ai đã từng trải qua hết một thời kỳ may mắn thì sẽ lắc đầu để bảo đấy là không. Một người được may mắn sẽ phải gánh chịu khổ đau của một người tưởng rằng mình may mắn, chẳng khác gì như một người kém may mắn phải gánh chịu khổ đau của một người kém may mắn.

Sau hết là các câu hỏi: Có đáng để trở thành một người hạnh phúc hay không? Có đáng để trở thành một người bất hạnh hay không? Số người trả lời rằng mình muốn được hạnh phúc sẽ có thể còn nhiều hơn cả số người đã trả lời cho câu hỏi đã được nêu lên trên đây (tức là muốn được may mắn). Thế nhưng những người đã từng được hạnh phúc và đã trải qua cái hạnh phúc đó sẽ lắc đầu để trả lời là không. Rất có thể quý vị cũng không hiểu được rõ lắm các lời giải thích trên đây, do đó tôi cũng xin lập lại như sau: những người sung sướng cũng phải gánh chịu khổ đau của những người sung sướng (chính Đức Phật cũng đã từng chịu đựng "khổ đau" trong lâu đài do vua cha dựng lên để giam hãm Ngài, những người trên thiên đường và nơi cõi cực lạc có thật sự "sung sướng" theo đúng với sự tưởng tượng của những người còn đang sống trên quả đất này hay không? Hay họ cũng chỉ là những người bị giam hãm trong sự bám víu vào "cái tôi" của họ, dù họ đang ở trên địa cầu này hay sẽ ở vào những nơi nào khác?). Nói thế để quý vị luôn nhớ rằng chính xã hội đã áp đặt các thứ tiêu chuẩn mang lại hạnh phúc, và quả quyết rằng những ai có tiền bạc, uy quyền, những ai có khả năng cung phụng lạc thú cho mình là những người hạnh phúc. Thế nhưng nếu suy xét cẩn thận hơn thì chúng ta cũng sẽ nhận thấy là những người ấy thật ra rất khổ đau: dường như có một cái gai đâm vào da thịt của sự lạc thú của họ. Kể cả đối với cái phúc hạnh thật tinh tế phát sinh từ sự tập trung thật mạnh và lắng sâu vào thiền định của những người du-già cũng thế, nếu cảm tính cho rằng "tôi đang hạnh phúc" hiện ra thì đấy cũng sẽ là cách mà những người du-già tự lấy một cái gai để đâm vào da thịt của cái hạnh phúc ấy của mình và làm cho chính mình phải khổ đau. Những ai nắm bắt hạnh phúc mang lại từ việc thiền định và để bám víu vào đấy thì cũng sẽ không tránh khỏi được mọi thứ khổ đau.

Đấy là lý do cho thấy tại sao Đức Phật đã khuyên chúng ta lánh xa lạc thú của những vật thể vật-chất cũng như phi-vật-chất. Đấy là hai thứ chướng ngại (còn gọi là phiền não thuộc khái niệm gọi là "Thập Đại Phiền Não" hay samyojana, đã được nêu lên trong một ghi chú trên đây) đầu tiên ngăn chận con đường đưa đến Giác Ngộ. Nếu bám víu vào ý nghĩ được hạnh phúc, dù đấy là một thứ hạnh phúc liên quan đến Dhamma (Đạo Pháp) đi nữa (nắm bắt và bám víu vào Đạo Pháp như là một nguồn hạnh phúc) thì nó cũng sẽ tạo ra một cái gai thật tinh tế đâm vào da thịt khiến mình không sao còn nhận biết được Dhammma đích thật là gì nữa (đấy chỉ là những hình thức tín ngưỡng cực đoan).

Cũng có thể xảy ra trường hợp nắm bắt nibbanâ và xem đấy là "cái tôi" hay là cái hạnh phúc "của tôi". Trong trường hợp đó tất nhiên người ta sẽ nghĩ rằng: tôi đã đạt được nibbanâ, thế nhưng đấy cũng chỉ là một cách nói, bởi vì sự kiện ấy không thể nào có thể xảy ra được. Bất cứ ai còn vướng mắc trong sự nắm bắt và bám víu sẽ không thể nào đạt được nibbanâ (nếu nói rằng "tôi" đạt được niết bàn thì ngay chính chữ "tôi" ấy cũng đã tố cáo một sự u mê nào đó, một sự bám víu nào đó, hay nói cách khác là một sự biểu lộ rõ rệt của cái ngã). Nếu một người nào đó thật sự nghĩ rằng mình đang hưởng niềm phúc hạnh của nibbanâ, thì đấy cũng chỉ là một thứ nibbanâ giả mạo. Bởi vì nibbanâ đích thật do nơi bản chất của nó (là tánh không) sẽ là một thứ gì không thể nào có thể nắm bắt được bằng cách như thế.

Vậy thì chỉ còn cách là đành phải loại bỏ hạnh phúc vậy! Hãy gạt nó sang một bên, dù đấy là hạnh phúc của trẻ con, của người lớn, của thanh niên thiếu nữ, của người trọng tuổi; của những kẻ quyền thế, của những vị thiên nhân, của những người hành thiền cao thâm (du-già) và kể cả hạnh phúc của nibbanâ (niết-bàn). Nếu chúng ta nghĩ rằng: "tôi đang hạnh phúc", thì đấy cũng đủ để phải gánh chịu khổ đau. Những ai đã thực hiện được sự thật sẽ ý thức được điều đó (để mà tránh không bám víu vào hạnh phúc). Ngược lại những người khác sẽ lâm vào một tình trạng hỗn loạn triền miên: họ sẽ đấm đá nhau vì tham vọng, vì thèm muốn của cải, uy quyền, lạc thú; hoặc trên một bình diện khác thì họ cũng có thể sẽ ra sức phấn đấu với đầy tham vọng mong cầu sẽ đạt được sự quán thấy sâu xa và sự lắng sâu vào thiền định hay là những thứ thực hiện tâm linh khác, đến độ đôi khi cũng phải đưa họ vào dưỡng trí viện. Những gì vừa trình bày thiết nghĩ cũng đã đủ để nói lên mọi thứ nguy hiểm của sự nắm bắt và bám víu vào hạnh phúc. Có thể trẻ con không hiểu đấy là gì, thế nhưng người lớn thì phải ý thức được điều ấy chứ!

Suy tư về khổ đau của sự sinh

Đến đây chúng ta hãy tìm hiểu những câu song hành và đối ngữ khác (Buddhadasa mượn cách trình bày và diễn đạt trong Pháp Cú Kinh - Dhammapada). Có phải sinh ra là một sự vui mừng hay không? Có phải cái chết là một sự vui mừng hay không? Nếu phải chọn một trong hai thứ thì quý vị sẽ chọn thứ nào? Trong hai thứ thì thứ nào thích thú nhất: sinh ra hay là chết? Nếu thật sự thấu triệt được Dhamma là gì thì nhất định là chúng ta sẽ lắc đầu để tỏ cho biết là mình chẳng muốn thứ nào cả. Thế nhưng thông thường hơn thì không ai mong muốn cái chết, và nhất định chỉ muốn được sinh ra. Người ta muốn có một sự sinh không có cái chết; hơn thế nữa: người ta muốn cuộc sống phải trường cửu, hoặc nếu phải chết thì cũng phải được tái sinh. Đấy chẳng phải là những thứ nắm bắt và bám víu hay sao? Chỉ khi nào không còn sự sinh và cái chết và tâm thức đã trở nên trống không, thì khi đó mới có sự chấm dứt của khổ đau.

Tại sao quý vị lại không suy tư về những thứ ấy trong những lúc đang nằm hay đang đi, đấy là những lúc mà tâm thức của quý vị không bị xao động bởi những sự tiếp xúc giác cảm (thật ra thì cũng có đấy chứ, chỉ bớt đi mà thôi). Ngay cả những lúc đang làm một việc gì đó hay trở thành một thứ gì đó thì tại sao quý vị lại không thử nhìn mọi sự dưới khía cạnh trên đây? (để xem sự hiện hữu này của mình có phải là khổ đau hay không?).

Trong những lúc khổ sở vì bổn phận làm mẹ khiến cho mình phải kiệt quệ, thì tại sao quý vị lại không tự thú nhận rằng đấy là những gì quá ư bực bội? (sinh ra hay được sinh ra thì cũng đều là khổ đau). Dù làm chồng, làm vợ, hay bất cứ thứ gì mà tôi đã nêu lên trên đây - khi đã bị bấn loạn và phải đối đầu với những chuyện nghịch ý mình vì lý do bắt buộc phải trở thành một thứ gì đó (sự nhịn nhục, giả vờ…chẳng hạn) - thì tại sao quý vị lại không bao giờ cảm thấy đấy là những thứ vô cùng khó chịu ? Quý vị cố gượng để tỏ cho thấy đấy là một sự thích thú, trong lúc mà nước mắt cứ muốn trào ra!

Quý vị nên suy tư sâu xa về sự kiện không một ai muốn có sự sinh cũng như sự không-sinh (non-naissance / non-birth) cả bởi vì cả hai thứ ấy đều không phải là tánh không. Dù chúng ta có bám víu vào sự không-sinh thì đấy cũng không phải là tánh không. Sinh và không-sinh là một chủ đề khó thấu triệt nhất và cũng là một thể dạng khó luyện tập nhất (tìm được sự giải thoát ngay trong cuộc sống này). Giữa sinh và không-sinh, chúng ta không nên chọn thứ nào cả, vì nếu không nắm bắt chúng và cũng không bám víu vào chúng thì chúng ta sẽ tìm thấy tánh không (con đường trung đạo của Long Thụ cũng tương tự như thế: không-sinh thế nhưng cũng không-phải-là-không-sinh, vị trí của nó nằm ở giữa sự sinh và sự không-sinh - đấy cũng là một cách tiếp cận với tánh không nói chung bằng phương pháp tứ đoạn luận của Long Thụ).

Chúng ta đã đề cập khá đầy đủ về hai chủ đề "có được nó và trở thành như thế" và "không có được nó và cũng không trở thành như thế". Vậy tiếp theo đây chúng ta hãy thử tìm hiểu về "sinh" và "không-sinh" xem sao. Tất nhiên là chúng ta sẽ bám víu ngay vào thể dạng không-sinh! Thế nhưng khi đã bước vào giai đoạn cuối cùng của việc luyện tập thì chúng ta cũng sẽ phải bắt buộc đạt đến trình độ mà sự hiểu biết về không-sinh của chúng ta sẽ tan biến hết và không hóa thành một đối tượng nắm bắt hay bám víu nào cả. Chính đấy là cách khiến cho tánh không hiện ra, cái tánh không ấy không phải là sinh cũng không phải là không-sinh, hoặc nói cách khác thì đấy là sự không-sinh đích thật, hay là sự tắt nghỉ tuyệt đối (tức là niết-bàn). Nếu giải thích như thế thì người ta cũng có thể sẽ hiểu lầm là chúng ta muốn chẻ sợi tóc làm tư (cách trình bày này khá gần với phép lý luận lo-gic gọi là tứ đoạn luận của Long Thụ, đã nhắc đến trong ghi chú trên đây), thế nhưng ý nghĩa của tất cả các thứ ấy thật hết sức minh bạch: có một sự khác biệt thật rõ rệt giữa hai thể loại không-sinh ấy (một thể loại "không-sinh" hàm ý là một sự đối nghịch với "sinh", một thể loại "không-sinh đích thật" biểu trưng cho "tánh không" hay "niết-bàn") . Vì thế nên cũng xin quý vị đừng bám víu vào ý nghĩ cho rằng nibbanâ là không-sinh (đối nghịch với sinh), là một thứ gì đó thật tuyệt vời và kỳ diệu dù là bất cứ ở nơi này hay nơi kia (tức đấy chỉ là một hình thức bám víu), và cũng không được hiểu lầm rằng samsara (bánh xe xoay vần giữa sự sinh và cái chết) là một chuỗi dài tái sinh đầy thích thú (vì bị đánh lừa bởi vô minh). Tuyệt đối không được nắm bắt và bám víu vào bất cứ nơi nào (dù đấy là cõi niết-bàn hay cõi luân hồi) thì mới có thể có được tánh không đích thật và sự không-sinh đích thật.

Trên đây là phép luyện tập mà chúng ta phải thường xuyên mang ra thực hành vào những lúc bình thường.

1.Luyện tập trong khi thiền định

Những gì mà chúng ta sắp nói đến là cách mang ra áp dụng một khía cạnh kỹ thuật cao nhất gọi là kammatthâna thuộc một phép luyện tập thiền định đúng nghĩa của nó gọi là samadhivipassana, đấy là cách thiền định nhằm giúp chúng ta quán xét những hậu quả tai hại do sự nắm bắt và bám víu mang lại, và thật ra thì đấy cũng chỉ là cách làm thế nào để trở nên trống không. Chủ yếu của phép luyện tập này là phải học hỏi các lời chỉ dạy. Nếu một người không có một kiến thức đầy đủ thì sẽ khó lòng có thể chuyển sang phần thực hành, do đó cần phải tuân theo những điều chỉ dẫn và học hỏi những lời giải thích. Dù sao thì những thứ ấy cũng có thể học được trong sách hay vào những dịp được nghe giảng. Tất cả những gì liên quan đến "phép luyện tập trong những lúc bình thường" cũng có giá trị trong khi thiền định.

2- Luyện tập lúc xảy ra sự tiếp xúc giác cảm

Cơ hội thứ hai giúp luyện tập về tánh không là lúc xảy ra sự tiếp xúc với một đối tượng giác cảm. Đấy là cách luyện tập để khi có các hình tướng trông thấy được, âm thanh, mùi, vị và các vật thể sờ mó được, tiếp xúc với mắt, tai, mũi, lưỡi và thân thể, thì chúng ta có thể giữ cho những sự tiếp xúc ấy phải dừng lại ở sự tiếp xúc, và giác cảm thì phải dừng lại ở giác cảm, như chúng ta đã từng có dịp nói đến nhiều lần (có thể xem lại đoạn nói đến paticcasamuppada trong Phần I của quyển sách, tức trong buổi thuyết giảng đầu tiên). Cách để cho sự tiếp xúc dừng lại ở tiếp xúc là một cách luyện tập cao độ. Ở cấp bậc bình thường (có nghĩa là đối với những người không tu tập) thì sự tiếp xúc sẽ trở thành một giác cảm rất nhanh, tuy nhiên vẫn còn có thể làm cho sự diễn tiến của quá trình này phải dừng lại không cho phép nó lôi kéo theo sự thèm muốn hay bám víu vào "cái tôi" hay cái "của tôi".

Một vài vị giảng sư có tài hùng biện trong chốn chùa chiền hay các đại học Phật Giáo cho rằng việc làm cho quá trình diễn tiến phải dừng lại ở cấp bậc tiếp xúc không thể nào thực hiện được, luôn luôn sẽ phải đưa đến giác cảm. Thế nhưng thật ra thì đấy chỉ là cách hiểu căn cứ vào ý nghĩa của ngôn từ và chữ viết mà thôi, sự thật thì hoàn toàn khác hẳn. Thật thế Đức Phật đã từng nói: khi nhìn thấy hình tướng thì phải xem đấy chỉ là sự trông thấy; khi ngửi thấy mùi thì đấy chỉ sự ngửi thấy; khi nếm thấy vị thì đấy chỉ là một sự nếm thấy; khi sờ vào các vật thể thì đấy chỉ là một sự đụng chạm. Nếu quý vị thực hiện được như thế, thì sẽ không có cái gọi là "quý vị", và trong trường hợp đó thì ego tức là cái "ngã" cũng sẽ không phát sinh ra được (thí dụ nghe thấy một âm thanh, ngửi thấy một mùi, và hoàn toàn ý thức được sự nghe thấy và ngửi thấy, thế nhưng không để cho những thứ "giác cảm" ấy gây ra bất cứ một "cảm nhận" mang tính cách toại nguyện hay bất toại nguyện nào, bởi vì khi đã sinh ra các "cảm tính" toại nguyện hay bất toại nguyện thì phải có một "cái tôi" để "cảm thấy" là mình toại nguyện hay bất toại nguyện, và tiếp theo đó sẽ phát sinh ra sự bám víu hay ghét bỏ phát hiện từ "cái tôi" ấy). Đấy là sự chấm dứt của khổ đau, là tánh không vững bền.

Chỉ cần theo dõi cách phản ứng khi chúng ta nhìn thoáng qua một vật thể mang tính cách "trung hòa" không gây ra một sự chú ý nào đối với mình thì cũng có thể nhận ra sự kiện tiếp xúc không đưa đến một cảm tính nào như đã được trình bày trên đây. Chẳng hạn như khi nhìn vào một khung cửa sổ hay một cửa ra vào và ý thức được đấy chỉ là một sự tiếp xúc thị giác, không kèm theo một cảm tính toại nguyện hay bất toại nguyện nào cả. Khi mà các hình tướng, âm thanh, mùi, vị hay các vật thể sờ mó được tiếp xúc với các giác quan của mình thì quý vị hãy chận đứng chúng ngay ở cấp bậc ấy, tương tự như trường hợp của các thí dụ trên đây.

Hãy tưởng tượng ra một người lính đang ngủ gật bên cạnh một khẩu đại pháo. Nếu có một quả đạn được bắn đi thì người lính ấy dù có nghe thấy tiếng nổ nhưng không cảm thấy gì cả và vẫn cứ tiếp tục ngủ. Dù quả đại pháo có nổ to như thế nào thì hắn vẫn không hề nao núng. Đấy chỉ là tiếng nổ do khẩu đại pháo phát ra và tiếng nổ ấy tiếp xúc với tai của hắn và chấm dứt sau đó (nếu người lính bám víu vào "cái tôi" của mình và để cho sự tiếp xúc với tiếng nổ trở thành một "cảm tính", tức là một sự "diễn đạt", thì sẽ hắn sẽ "phân biệt" được ngay là tiếng nổ phát ra từ một quả đại pháo do "phe ta" bắn đi hay do "phe địch" bắn lại. Nếu là do "phe ta" bắn đi thì sẽ gây ra sự "bất toại nguyện" ngay vì hắn bị đánh thức, hắn sẽ cau có và có thể sẽ phát ra một tiếng chửi thề. Tuy nhiên nếu đấy là do "phe địch" bắn lại thì hắn sẽ tỉnh ngủ ngay và phóng chạy, đấy là sự "bám víu" vào "cái tôi" của hắn và vợ con "của hắn" kích động hắn co giò phóng chạy. Cả hai trường hợp đều là dukkha tức là khổ đau, phát sinh từ sự "tiếp xúc" của tai với một tiếng nổ và sự "bám víu" vào tiếng nổ ấy).

Quý vị cũng nên tập phản ứng theo cách như thế (tức giống như người lính tiếp tục ngủ khi nghe thấy tiếng nổ) mỗi khi quý vị nghe thấy tiếng của một người đàn ông, của một phụ nữ, hay tiếng của một người thân thiết nào đó chẳng hạn? Nếu quý vị thành công thì đấy có nghĩa là quý vị có một khả năng đáng kể. Trong lãnh vực này thì thú vật vượt xa hơn chúng ta nhiều bởi vì chúng không bị chi phối quá nặng nề bởi các thứ hành trang tâm thần dư thừa của con người. Nếu muốn đạt đến tột đỉnh thành công thì chúng ta phải luyện tập như thế nào để sự tiếp xúc sẽ đơn giản dừng lại ở sự tiếp xúc.

Nếu quý vị không thành công và đành chịu thua thì quý vị vẫn còn một cơ hội khác tức là dừng lại ở cấp bậc giác cảm (thay vì ở cấp bậc tiếp xúc). Ngay khi phát sinh ra sự cảm nhận thích thú hay khó chịu của sự toại nguyện hay bất toại nguyện thì phải làm cho chúng chấm dứt ngay, không để cho các thứ khát vọng ấy kịp thời bùng lên khi chúng bị khích động bởi các sự thèm muốn hay bám víu.

Trên đây là phép luyện tập về tánh không khi xảy ra sự tiếp xúc giác cảm.

3- Phép luyện tập khi cái chết xảy đến

Cũng sắp hết giờ rồi, do đó tôi xin đề cập ngay đến giai đoạn luyện tập thứ ba giúp chúng ta ý thức về tánh không: đấy là lúc tâm thức sắp tắt, thân xác suy sụp và đang đi đến cái chết. Làm thế nào để có thể luyện tập nhằm để quán thấy được tánh không vào giai đoạn này?

Để thực hiện việc luyện tập này, chúng ta phải xem sự tắt nghỉ tuyệt đối như là một nguyên tắc căn bản cho sự sống (tức là thể dạng không còn cái chết).

Cái chết tự nhiên của người lớn tuổi là một sự kiện hiển nhiên và chắc chắn. Người ta thường bảo rằng một người khi đã cao tuổi thì cũng sẽ không còn sống được bao lâu nữa. Vậy trong quãng thời gian ngắn ngủi còn lại người ta sẽ còn có thể làm được gì hay không? Đối với những người lớn tuổi mà trước đây chưa hề được học hỏi nhiều tất sẽ không còn đủ thì giờ và khả năng để học thêm gì nữa, tuy nhiên họ có thể dựa vào nguyên tắc của sự tắt nghỉ tuyệt đối đề cập trên đây để luyện tập nhằm chuẩn bị kịp thời trước cái chết.

Quý vị cần tập để giúp mình ý thức được một cách hiển nhiên rằng: được làm một con người cũng chẳng phải là một sự thích thú gì, được làm một nhân vật lừng danh cũng chẳng phải là một sự thích thú gì, được làm một người cha, một người mẹ, một người nam, một người nữ, một người chồng, một người vợ, một người giúp việc nhà, một vị chủ nhân, một người thắng cuộc, một kẻ thất bại, một người khả ái, một người hung dữ, một người may mắn, một người kém may mắn... - thì cũng chẳng có một ai vui thích cả, và cũng chẳng có gì gọi là hay ho cả. Phát xuất từ điểm đó, tâm thức sẽ biết buông bỏ mọi sự mong chờ, mọi niềm ước vọng sẽ có được cái này hay trở thành bất cứ gì khác. Chẳng phải là người ta vẫn thường hay nói là cứ "tha hồ ước mơ" được làm A-la-hán hay sao? Đấy không có nghĩa là phải rút lui và chọn sự lười biếng. Hoàn toàn không đúng như thế! Đấy chỉ là sự vắng mặt của mọi thứ hy vọng nơi những người khôn ngoan và sáng suốt khi họ đã nhận thấy rằng trong thế giới này hay trong bất cứ một thế giới nào khác, không còn có bất cứ gì để cho mình có thể thèm muốn hay là được có nó, hoặc để trở thành như thế. Tuyệt đối không có bất cứ gì đáng để có hay là để trở thành bất cứ gì, trong bất cứ thời điểm nào và ở bất cứ nơi nào.

Vậy thì tâm thức của một người không còn một sự mong đợi hay ước vọng gì nữa sẽ phải chọn cho mình một hướng đi như thế nào? Cái tâm thức đó sẽ không chọn một con đường nào cả, bởi vì nó nhận thấy không có bất cứ gì đáng để thèm muốn, và đấy cũng là mục tiêu mà nó quy định để căn cứ vào đấy mà thực hiện sự tắt nghỉ cho chính nó. Bởi vì khi nào tâm thức không còn chất chứa một sự thèm muốn có được một thứ gì hay trở thành bất cứ gì, thì nó cũng sẽ tan biến trong tánh không. Đấy cũng chính là một phương pháp khéo léo để đánh lừa thiên nhiên trên một khía cạnh nào đó. Khi giây phút của cái chết đã thật sự gần kề thì chúng ta phải phát lộ trong tâm thức mình cảm tính rằng chẳng có bất cứ gì, dù là ở bất cứ nơi nào (dù là trên địa cầu này hay ở một cõi nào khác cũng thế) đáng để có nó hay được trở thành bất cứ gì khác. Nếu cảm tính đó phát lộ trong tâm thức của một người trong lúc chết thì người ấy nhất định sẽ đạt được nibbanâ (niết-bàn) nhờ vào chính cái chết của mình. Quả đấy là một chuyện mua bán quá lợi: bởi vì chỉ cần đầu tư thật ít thế nhưng lãi thì lại rất nhiều!

Cứ thử mời các vị học giả cao thâm đến để họ trông thấy tận mắt một tâm thức đương đầu với cái chết bằng một cảm tính đích thật không còn bất cứ gì, ở bất cứ nơi nào, đáng để có nó hay được trở thành bất cứ gì, sẽ là như thế nào. Cái chết là một sự tan rã kèm theo những thành phần của sự tắt nghỉ. Tâm thức sẽ chuyển thành thành phần tắt nghỉ nhờ vào cái chết vật chất. Nếu một người lớn tuổi thuộc vào cấp bậc ông bà của mình dù không được may mắn học hỏi nhiều khi còn trẻ, thế nhưng nếu họ có thể phát động được cảm tính đơn giản như trên đây thì cũng đủ để giúp họ thực hiện được sự tắt nghỉ đích thật.

Khi giây phút của cái chết gần kề thì nên để cho cảm tính đó xâm chiếm lấy mình. Không nên quên rằng trong những giây phút đó thì tâm thức cũng suy yếu dần. Trong khi thân xác gần kề giây phút cuối cùng thì tri thức cũng tuần tự tan biến, và quý vị cũng sẽ tự tách ra càng lúc càng xa cho đến khi ra đi hoàn toàn. Khi đó quý vị sẽ không còn biết là lúc này đang là mấy giờ, ban ngày hay ban đêm, cũng chẳng biết mình đang ở đâu, đang ở nhà ai. Quý vị cũng sẽ không còn nhớ được tên của mình và cũng không nhớ được đúng các câu tụng niệm. Thế nhưng nếu muốn lưu lại bên cạnh tâm thức mình (lưu lại với cái tánh không của tâm thức mình hay là niết bàn trong chính tâm thức mình) cho đến những giây phút chót thì quý vị phải ý thức được một cách thật minh bạch rằng không có bất cứ gì đáng để có nó hay là được trở thành bất cứ gì. Hãy cố gắng hướng vào sự tắt nghỉ tuyệt đối! Hãy chú tâm giúp cho cảm tính ấy tỏa rộng một cách tự nhiên và không một chút do dự vào sự tắt nghỉ tuyệt đối, và xem nó như một người bạn đồng hành của tâm thức còn lưu lại bên cạnh tâm thức cho đến phút cuối cùng. Nhờ vào phương pháp khéo léo đó tâm thức sẽ hòa nhập dễ dàng vào tánh không, tức là nibbanâ.

Trên đây là phép luyện tập vào lúc cái chết vật chất xảy đến dành cho những người không được học hỏi nhiều. Nhờ đó một cụ ông hay một cụ bà cũng có thể đạt được một sự tắt nghỉ tối hậu. Chúng ta gọi đấy là một phương tiện thiện xảo nhằm biến một cái ngã từ bậc cao nhất của một chiếc thang trở thành một bước nhảy vọt mang một chủ đích rõ rệt.

Thân xác tất nhiên là phải chết khi đã già yếu và đã tiêu dùng hết vốn liếng thời gian còn lại của nó - đấy là một sự ngã xuống. Thế nhưng khi rơi từ chiếc thang xuống thì người ta cũng có thể nhảy, và cái nhảy ấy cũng có thể là để rơi vào một sự tắt nghỉ tuyệt đối mang theo trong tâm thức mình cảm tính cho rằng chẳng có bất cứ gì đáng cho mình có nó hay được trở thành bất cứ gì. Người ta gọi đấy là một bước "nhảy đúng cách". Một bước nhảy hoàn toàn không gây ra một sự đau đớn nào - trái lại còn giúp đạt được một kết quả mà mọi người hằng ước mơ: đấy là sự tắt nghỉ tuyệt đối. Tất nhiên là phải thật cẩn thận; từ trên thang rơi xuống thì cũng phải biết ngã như thế nào - để không bị gẫy cổ, gẫy chân như những người điên rồ. Ngay cả những người học cao hiểu rộng, du lịch đó đây, thuyết giảng hùng hồn nơi chốn chùa chiền cũng vẫn có thể ngã gẫy xương như thường. Thật thế, nhất là trong lãnh vực này thì không thể đem họ ra mà so sánh với những người biết quan tâm đến giáo huấn của Đức Phật một cách đúng đắn được.

Trong trường hợp chết vì tai nạn - chẳng hạn như bị tai nạn lưu thông, bị nhà sập đè chết, hay bị bò mộng húc và cặp sừng của nó đâm thủng vào người, hoặc chết vì bom nguyên tử - thì phải làm thế nào? Nếu suy nghĩ kỹ thì quý vị sẽ hiểu ngay là cũng chẳng có gì khác cả. Nếu còn giữ được một chút tỉnh táo thì phải hướng ngay tức khắc tâm thức mình vào sự tắt nghỉ tuyệt đối. Nếu trước đây quý vị đã từng luyện tập về sự buông xả bằng cách phát động cảm tính rằng chẳng có bất cứ thứ gì đáng để có nó, hay là để trở thành bất cứ gì, thì cách phản ứng trên đây cũng sẽ dễ dàng và tự động khi cái chết gần kề. Quý vị có thể làm hiện ra trong chớp mắt cảm tính ấy trong tâm thức mình trước sự chấm dứt cuối cùng.

Thí dụ một người bị một chiếc xe đâm thẳng vào người và chưa chết ngay thì người này cũng sẽ còn được một chút thì giờ, dù đấy chỉ là một phần giây đồng hồ hay thời gian của một tia chớp, để hướng tâm thức mình vào sự tắt nghỉ tuyệt đối một cách vững chắc, như thế cũng đủ.

Đến đây chúng ta hãy bàn đến trường hợp mà cái chết xảy đến vào một thời điểm không có một thứ cảm tính nào cả (đã loại bỏ được "cái tôi" và cái "của tôi") - thì nhất định đấy sẽ là một sự tắt nghỉ tuyệt đối! Như tôi đã giải thích trên đây là vào những lúc bình thường nếu quý vị tập luyện cách phát động thường xuyên trong tâm thức mình cảm tính không có bất cứ thứ gì đáng để có nó hay để trở thành bất cứ gì, thì đến lúc cái chết xảy đến mình cũng sẽ không còn suy nghĩ đến bất gì khác (sợ hãi hay bám víu chẳng hạn), cũng không còn cảm thấy gì khác (không đau đớn hay lo sợ chẳng hạn), bởi vì cảm tính ấy lúc nào cũng hiển hiện trong đầu mình, và nhờ đó cũng sẽ thực hiện được sự tắt nghỉ tuyệt đối. Nếu có thể dành ra được một khoảnh khắc thật ngắn của tư duy dù đấy chỉ là nửa giây, thì cũng thừa đủ để chúng ta thanh thản nghĩ đến cảm tính ấy. Vì thế quý vị không nên sợ hãi, không nên tỏ ra yếu đuối! Không nên để cho sự yếu hèn và khiếp sợ làm suy yếu nghị lực của quý vị khiến quý vị phải thốt lên những lời khẩn khoản: "Làm ơn đưa tôi đi bác sĩ, mang tôi vào bệnh viện nhanh lên!", đại khái như thế. Dù có đưa quý vị đến các nơi ấy thì quý vị cũng chết, và cũng chết giống như chết tại nơi này. Chỉ tội là mất thêm thì giờ mà thôi.

Nhằm giúp để đối phó với cái chết vì tai nạn, hoặc một cái chết xảy đến bất thần, cũng như thái độ không dám nhìn thẳng vào cái chết trước mặt để lo liệu trước, thì Dhamma (Đạo Pháp) không những sẽ mang lại một phương pháp hoàn toàn hiệu nghiệm để che chở cho quý vị mà còn đặt cả nibbanâ (niết-bàn) trong tầm tay của quý vị khi quý vị đang bị một chiếc bánh xe đè lên người, hay bị chôn vùi dưới một đống gạch vụn của một tòa nhà bị sập, hay bị cặp sừng của con bò mộng cắm thẳng vào người, hoặc đang nằm lẫn lộn giữa các thây người bị cháy bỏng vì bom nguyên tử. Không hề có một cái chết khiếp đảm và bất ngờ nào cả, bởi vì nó đã được thay thế bởi nibbanâ (đây là điểm khác biệt căn bản nhất giữa Theravada và Kim Cương Thừa đối với cái chết. Theo Theravada thì sự chuyển tiếp giữa cái chết và niết-bàn hoặc là sự tái sinh xảy ra trong một chớp mắt vì đấy chỉ là một thể dạng của tâm thức - cũng xin nhắc thêm là Buddhadasa không hề thuyết giảng gì về sự tái sinh vì theo ông chuyện ấy không có ích lợi gì cả. Trong khi đó thì Kim Cương Thừa chủ trương phải có một giai đoạn chuyển tiếp xảy ra giữa cái chết và sự tái sinh hoặc giữa cái chết và tánh không - tức là sự giải thoát hay niết-bàn. Ngoài ra Kim Cương Thừa còn dựa vào sự quán thấy bằng thiền định để mô tả thật chi tiết về giai đoạn chuyển tiếp và đưa ra các phép tu tập thật tinh tế giúp "người chết" chủ động được giai đoạn chuyển tiếp ấy để hoặc là hội nhập vĩnh viễn vào thể dạng của tánh không hiện ra trong giai đoạn này hoặc là để tái sinh trở lại thế giới luân hồi để tiếp tục cứu giúp chúng sinh).

Những người ít được học hành, có kiến thức kém, kể cả trường hợp không biết đọc, cũng đều có thể hiểu được giáo huấn trên đây để thường xuyên mang ra luyện tập hầu giúp mình hòa nhập với sự hiểu biết đúng đắn ấy.

Tuy nhiên mọi sự cũng sẽ khác hẳn đối những

người có một kiến thức toàn vẹn hơn, đã từng phát huy được một sự chú tâm và một trí tuệ có thể giúp nhận biết được sự thật của các sự vật. Họ là những người đã từng học hỏi và thấu triệt được Dhamma trên phương diện lý thuyết cũng như thực hành. Vào lúc cái chết xảy đến thì những người ấy không cần phải chờ đến khi bị ngã từ trên một chiếc thang để biến cái ngã ấy trở thành một bước nhảy đầy tính toán. Họ vượt thoát cái chết trước khi ngã bệnh. Bởi vì khi đã đạt được một cấp bậc cao thâm của Dhamma thì sẽ không còn chết nữa. Nếu một người đã đạt được một sự hiểu biết về sự thật như trên đây (không có gì để có nó hay để trở thành như thế) và đến khi cái chết thật sự xảy đến, thì tất nhiên là người ấy đã được chuẩn bị kỹ lưỡng hơn, không như những người phải nhảy từ chiếc thang để khỏi ngã xuống đất. Cũng nên hiểu rằng khi nào đã phát huy được sự tỉnh thức và sự chú tâm vững chắc thì đấy sẽ là một cách cho phép mình mỉm cười trước mặt cái chết. Người ta bảo rằng đấy là cách "bước xuống các nấc thang của chiếc thang từng bậc một". Đấy là cách tiến bước của những người đã đạt được một sự hiểu biết toàn vẹn.

Đến đây tôi sẽ đề cập đến trường hợp của những người bệnh chuẩn bị cho cái chết của mình. Khi đã hiểu rằng cái chết không thể tránh khỏi được, thì khi ngã bệnh và đã đến giai đoạn cuối cùng thì cũng nên dành ngay lấy phần thắng về mình, ấy là cách biết dựa vào sự chú tâm và sự tỉnh thức để không tỏ ra yếu hèn và sợ hãi.

Tôi xin mạn phép kể ra một chuyện mà tôi có dịp được đọc về cách mà người ta chuẩn bị cho cái chết vào thời kỳ của Đức Phật còn tại thế. Đối với những ai tuân thủ Tám Giới Hạnh thì sẽ không khó khăn gì cho họ khi cần phải nhịn đói, bởi vì nếu đã phát nguyện giữ tám giới thì họ cũng đã quen không ăn gì cả sau giờ ngọ và vào những ngày trăng tròn và trăng non (ngày rằm và đầu tháng). Khi nào họ cảm thấy mình chỉ còn sống thêm được độ năm mười ngày nữa thì họ ngưng hẳn không ăn uống gì cả - quả thật đấy là những gì trái ngược hẳn đối với chúng ta ngày nay! Thật thế, ngày nay khi có một người cận kề cái chết thì người thân chung quanh hối hả mua cho họ ăn những thức ăn đắt tiền và thật cầu kỳ - đến độ khiến cho người bệnh vì ăn những thứ ấy nên đã chết sớm hơn. Vào thời kỳ của Đức Phật, nhịn ăn là để tránh cho tâm thức khỏi bị xao động thêm. Khi thân xác bắt đầu suy yếu thì nó cũng sẽ mất đi khả năng tiêu hóa, thức ăn khi ăn vào sẽ trở thành độc dược khiến cho tâm trí thêm xao động và hoang mang. Người bệnh tốt hơn nên nhịn đói để chuẩn bị cho cái chết của mình, họ chỉ cần uống thuốc và uống nước. Khi cái chết đã gần kề thì ngay cả nước và thuốc cũng không cần uống nữa để có thể giúp sự chú tâm cũng như sự tỉnh thức của mình hiệu quả hơn, nhằm giúp mình bước vào cái chết bằng con đường tắt nghỉ tuyệt đối.

Những người chủ trương lòng nhân từ và đạo đức thì chuẩn bị cái chết của mình bằng cách bám víu vào lòng nhân từ và đạo đức (một cách nói rất khéo: dù bám víu vào đạo đức thì đấy cũng là một sự bám víu như những sự bám víu khác khi cận kề cái chết), trong khi đó thì những vị hiền nhân (những người tu hành, những người hiểu được Dhamma) chuẩn bị buông xả tất cả để tìm thấy sự tắt nghỉ tuyệt đối cho mình, họ không hề biết thèm muốn bất cứ một thứ gì nữa. Tiêm thuốc và bơm thức ăn cho họ để giữ cho họ sống chỉ là một hành động gây ra thêm nhiều bấn loạn cho họ mà thôi. Sự buông xả ấy gọi là "cứ để cho thân xác ra đi". Để cho thân xác ra đi khi người ta vẫn còn đang sống đấy là cánh giành lấy phần thắng về mình bằng cách đón lấy sự tắt nghỉ tuyệt đối (những gì vừa trình bày cho thấy trái ngược hẳn lại với quan điểm của một số tôn giáo và của các xã hội Tây Phương trước tình trạng đau đớn hay đã hôn mê của những người sắp chết, khi các tôn giáo và các xã hội này chống lại cách gây chết không đau gọi là euthanasia).

Ngày nay người ta rối rít vây quanh các vị bác sĩ, đôi khi gian phòng của người bệnh chật ních cả người; họ ép người bệnh uống thuốc, bắt phải ăn, phải cố gắng chịu tiêm thuốc. Người ta rối rít đến độ khiến cho người bệnh bị chấn động và lo âu, không để cho tâm thức họ tìm thấy được sự an bình. Người bệnh hoang mang không còn biết là mình sẽ chết như thế nào và cũng không biết là mình sẽ chết thật hay không. Chỉ toàn là hoang mang và lo sợ. Do đó người bệnh cũng sẽ không thể phát huy được cảm tính về sự chiến thắng cái chết và cũng không thể nào thực hiện được tánh không như tôi đã trình bày trên đây.

Trái ngược hẳn lại với thời kỳ của Đức Phật, ngày nay người ta tìm đủ mọi cách để có được một cái giường tiện nghi nhất, một gian phòng tiện nghi nhất, các loại thức ăn và thuốc men nào đắt tiền nhất, để rồi sau khi chết sẽ để lại mọi thứ nợ nần cho người khác. Họ chỉ muốn tiếp tục được sống, kéo dài thêm kiếp sống của mình, dù chỉ được một phút. Họ uống và tiêm mọi thứ thuốc, trị liệu theo đủ mọi cách, đến khi chết thì chẳng phát huy được một sự tỉnh thức nào, cũng chẳng thực hiện được một sự chú tâm nào. Cách hành xử của họ thật đúng là hoàn toàn thiếu suy nghĩ.

Để có thể tìm thấy cho mình một cái chết đúng đắn thì phải nhờ vào sức mạnh do Dhamma mang lại giúp mình chết bằng sự chiến thắng cái chết, tức là chết trong sự thực hiện tánh không vào lúc trút hơi thở cuối cùng. Tôi mong quý vị đừng quên là mọi sự đều vẫn có thể còn thực hiện được cho đến những giây phút chót (dù đang bị chiếc bánh xe đè lên người hay cặp sừng của con bò mộng xuyên vào bụng).

(Trong quyển "Một trăm con voi trên đầu cọng cỏ" - Cents éléphants sur un brin d'herbe, Points Sagesses, 1997, tr 195 - Đức Đạt-lai Lạt-ma có viết như sau: "Khi cận kề cái chết, phải hướng tâm thức mình vào sự tu tập. Thể dạng tâm thức vào đúng thời điểm ấy sẽ mang tính cách quyết định cho những gì sẽ xảy ra sau đó. Những giây phút cuối cùng ấy hàm chứa một sức mạnh vô song, tất cả những điều xứng đáng gom góp trong suốt cuộc sống cũng không thể sánh kịp". Câu này cho thấy rằng quan điểm của Kim Cương Thừa cũng rất gần với Theravada về những gì cần phải tu tập hay thực hiện trong giây phút cận kề cái chết).

Sau đây là tóm lược các phương pháp luyện tập phân chia theo ba thời điểm hay ba giai đoạn khác nhau:

1- Trong những lúc bình thường: tức là trong những lúc làm các công việc thường nhật, hay trong những lúc thiền định nghiêm chỉnh.

2- Trong những khi xảy ra một sự tiếp xúc giác cảm: tức là phải biết phản ứng như thế nào để tạo ra tánh không vào những lúc đó.

3- Trong lúc cái chết gần kề: thì phải biết hành động như thế nào khi năm thứ cấu hợp (ngũ uẩn) tạo ra thân xác và tâm thức đã đi hết con đường của chúng.

Trên đây là những gì cần phải nói ra để nhìn vào đấy mà suy tư; đấy là những vấn đề cần phải được thường xuyên nêu lên, tương tự như thảo luận với nhau về các chương trình truyền hình hay là các biến cố xảy ra trên thế giới, thí dụ như những người say mê quyền thuật thì hăng say phẩm bình thao thao bất tuyệt về những chuyện quyền thuật. Thế thì tại sao chúng ta lại không có thể bàn luận ngày đêm với nhau về những vấn đề trên đây. Khi cần đề cập đến các vấn đề quan trọng thì chúng ta lại không dám mở lời mà nói một câu nào? Tại sao chúng ta lại chẳng bao giờ bàn thảo với nhau cách phải đối đầu với cái chết như thế nào, phải chiến thắng cái chết như thế nào, hầu giúp mình tránh khỏi cả cái chết lẫn sự sinh. Nếu thực hiện được như thế thì mọi sự cũng sẽ trở nên dễ dàng hơn ngay trong lúc này. Nếu chúng ta biết thảo luận với nhau về các vấn đề ấy thường xuyên hơn, tương tự như đề cập đến các vấn đề (hằng ngày) khác, thì cũng không phải chờ lâu để thấy rằng việc tu tập của mình nhờ đó sẽ trở nên dễ dàng hơn. Khi luyện tập đúng phương pháp thì tất cả cũng chẳng có gì là khó, kể cả chuyện đạt được nibbanâ, hay nhảy xuống từ bậc cao nhất của một chiếc thang.

Tóm lại, chúng ta phải thấu triệt được ý nghĩa của các chữ "trống không", "thực hiện được tánh không", "trở thành trống không một cách tự nhiên" và "trở thành chính sự trống không".

Tánh không hiện hữu nơi mọi sự vật; nó là đặc

tính của mọi sự vật. Nếu tâm thức đã loại bỏ được sự nắm bắt và bám víu vào mọi sự vật, thì chính nó cũng sẽ là tánh không, là sự tắt nghỉ tuyệt đối của "cái tôi" và cái "của tôi", và sẽ không còn có sự sinh nữa.

Tôi xin chấm dứt buổi nói chuyện về phép luyện tập mang lại tánh không ở đây.

VÀI NÉT VỀ
NHÀ SƯ BUDDHADASA

Trong phần lời tựa dành cho ấn bản tiếng Đức của quyển "Cốt lõi của cội Bồ-đề" Jack Kornfield một Phật tử và học giả lỗi lạc người Mỹ, đã viết như sau: "Nếu Buddhadasa sống ở Nhật thì nhất định ông sẽ phải là một danh nhân trong lịch sử hiện đại của xứ sở này. Dầu sao đi nữa thì người ta cũng đã biết đến ông vào cuối đời như là một trong số những vị Thầy uyên bác và đáng kính nhất mà Phật Giáo Thái Lan từ nhiều thế kỷ nay".

Thật thế, chiếc am nhỏ trong khuôn viên của ngôi chùa Suan Mokkh, còn gọi là "Khu vườn Giác Ngộ", tại tỉnh Surat Thani thuộc miền nam Thái lan đã bao che kín đáo một phần cuộc đời của một nhà sư thật bình dị và khiêm tốn và cả một trí tuệ bao la tàng ẩn bên trong sự bình dị và khiêm tốn ấy.

Ngày nay, mỗi ngày đều có những chuyến xe đò dừng lại ở trạm Suan Mokkh để đổ xuống hàng toán người hành hương. Họ là những người trọng tuổi, là thanh niên, thiếu nữ và cả trẻ em. Họ đến từ mọi thành phần trong xã hội kể cả những nông dân từ vùng quê hay những người buôn thúng bán mẹt từ các chốn thị thành xa xôi.

Giữa "khu vườn" là một ao sen thật lớn, bên cạnh là một dãy nhà xây theo mô hình một con thuyền nhằm để biểu trưng cho sự Giác Ngộ. Dãy nhà được trang trí bằng các hình tượng điêu khắc, tranh ảnh và các biểu đồ đơn giản nhằm gợi lên ý nghĩa của giáo lý. Những người dù không có kiến thức cao hoặc không được học hành nhiều mỗi khi nhìn vào đấy cũng có thể lĩnh hội được những gì chính yếu trong Đạo Pháp. Buddhadasa thường đặt các tảng đá cạnh một gốc cây hay xếp các viên đá nhỏ chung quanh để nhắc nhở khách thập phương đến viếng phải biết yêu quý thiên nhiên và cây cỏ. Thật vậy Đức Phật đã ngồi xuống cạnh một gốc cây để đạt được Giác Ngộ, và Ngài cũng đã nằm xuống giữa hai gốc cây để hòa nhập với Đại-bát Niết-bàn. Một lần Jack Kornfield tâm sự với Buddhadasa rằng trong các xã hội Tây phương có nhiều người mang những vết thương thật sâu kín trong lòng họ, và hỏi rằng phải làm thế nào để có thể giúp họ chữa khỏi. Buddhadasa kê ra cho Jack Kornfield một phương thuốc như sau: trước hết là phải mở rộng lòng từ bi, sau đó là phải hòa nhập sự sống của mình với cây cỏ, núi rừng và thiên nhiên.

"Khu Vườn Giải Thoát" không có chính điện đồ sộ với các trang trí cầu kỳ. Thật thế ông không thích những nghi thức lễ lạc và màu mè giả tạo. Nếu có ai định chắp tay vái lạy ông thì ông chộp lấy tay người ấy mà kéo xuống ngồi bên cạnh để ông trò chuyện và thăm hỏi như một người bạn lâu đời.

Pháp danh của ông là Buddhadasa có nghĩa là người tỳ kheo hầu hạ Đức Phật, thế nhưng người dân Thái thì lại gọi ông là Ajhan Buddhadasa. Chữ Ajhan phát xuất từ tiếng Phạn acarya có nghĩa là một người hướng dẫn hay chỉ đạo, và khi đã chuyển thành tiếng Thái thì lại có nghĩa là một vị "Thầy" với một sự tôn kính đặc biệt. Thế nhưng chính ông thì chỉ muốn xem mình là một người tỳ kheo hầu hạ Đức Phật: Buddhadasa Bikkhu.

Tôi xin hiến dâng thân xác và sự sống này
cho vị Thầy của tôi là Đức Phật
Tôi chỉ là một người hầu hạ Ngài
Vì thế mà người ta gọi tôi là Buddhadasa
(chữ Pa-li dasa có nghĩa là một người hầu, một người tôi tớ để sai bảo - a bondsman)

Phần lớn những tài liệu về Buddadasa được thế giới biết đến ngày nay cũng là nhờ một Phật tử người Mỹ. Người thanh niên trẻ này tham gia tổ chức Thiện

Nguyện "Peace Corps" ở Thái Lan và nhờ đó đã biết được Phật Giáo. Sau đó ông đã xuất gia và trở thành đệ tử của nhà sư Buddhadasa với pháp danh Santikaro. Đây là một tấm ảnh đặc biệt của Buddadasa mà Santikaro còn giữ lại, với lời ghi chú như sau:

"Trong hình này tôi chỉ là một nhà sư bé tí, ngồi dưới chân vị Thầy của tôi (bên trái) và vị giám hộ của tôi (bên phải) ở giữa là một vị đại sư thi sĩ, bạn của Thầy tôi và vị giám hộ của tôi. Cả ba đã gặp nhau vào mùa Kiết Hạ (Vassa) năm 1934 nơi " Khu Vườn Giải Thoát" và họ đã kết thân với nhau. Người dân Thái thường gọi ba vị này là "Ba Con Hổ" của miền Nam nước Thái. Ngày Thầy tôi được tám mươi tuổi thì tôi chỉ là một tỳ kheo non trẻ vừa mới thụ phong được một năm. Ảnh chụp ngày 27 tháng 5, năm 1986 đúng vào ngày sinh nhật tám mươi tuổi của Thầy tôi". Bảy năm sau đó thì Buddhadasa cũng đã từ bỏ thân xác của kiếp nhân sinh này của ông. Santikaro tiếp tục lưu lại "Khu Vườn Giải Thoát" đến năm 1999 và trong khoảng thời gian này ông cũng đã dịch sang tiếng Anh phần lớn các bài giảng Pháp của Buddhadasa. Chính nhờ vậy mà thế giới đã biết đến một nhà sư thật uyên bác, khác thường và vô cùng khiêm tốn của Á Châu. Jack Korfield cũng từng là một thành viên của tổ chức Thiện Nguyện Peace Corps và sau đó cũng đã trở thành đệ tử thân cận của nhà sư Ajhan Chah.

Nhằm để tìm hiểu thêm về vị đại sư này, có lẽ chúng ta hãy cùng đọc hai bài thơ sau đây mà ông đã viết cách nhau gần nửa thế kỷ. Hai bài thơ có thể xem như biểu trưng cho hai quãng đời tu tập của ông:

Bài thơ thứ nhất:

Tôi làm việc vượt hơn cả sức người

Tôi làm việc vượt hơn cả sức người
thế nhưng con tim vẫn đủ sức để hân hoan nhảy múa.

Ấy chẳng qua trong thâm tâm, tôi đã quyết
vì Đạo Pháp hiến dâng kiếp sống này.

Dù hoàn cảnh và cơ duyên đưa đẩy
khiến tôi phải chết - vì nghiệp lực do chính mình tạo ra.

Thì đấy cũng ví như được nghỉ tay sau những lúc nhọc nhằn,
được yên giấc trong đêm, hay dừng tay trong một thoáng.

Khi bình minh ló dạng, tôi lại bắt tay
hoàn tất công việc còn bỏ lại.

Mỗi ngày lại một lần sinh, cả hai cũng chỉ là một:
sinh ra lúc vừng dương ló dạng, chết đi khi màn đêm buông xuống.

Quay đều vòng luân hồi chuyển động,
tạo ra muôn ngàn gợn sóng để vỗ về và an ủi tim ta.

Hỡi những ai mong cầu hân hoan và hạnh phúc,
phải nhớ rằng:
tất cả đều do mình hiểu thế nào là hân hoan.

Đối với tôi hân hoan chẳng mang ý nghĩa nào

khác
là được sinh ra để hăng say làm việc.

Tạo ra cơ duyên giúp mình và tất cả mọi người
hiểu được bản chất của thế giới, hầu chinh phục
và chiến thắng nó.

Thiên Nhiên sinh ra ta, lành mạnh cả thể xác lẫn
tâm thần.
Lớn lên - cũng lại nhờ Thiên Nhiên!

Thế nhưng sự sáng tạo ấy cũng chỉ là được sinh
ra, tan rã và để chết.
Tuy thế cũng đã tạo cho tôi dịp may (được làm
người),

Để phấn đấu nhằm vượt lên hàng đầu,
hầu đạt được mục đích trước tất cả mọi người.

Bạn bè thi nhau sống trong buông thả,
Bao công việc bỏ lại, đưa vai tôi gánh vác.

Trong cuộc sống, bổn phận bủa vây tôi,
tựa trên đầu chất cao trăm món nợ,

Như cơn lốc ngăn chận bước chân tôi.
Biết khi nào vượt được, an bình và giải thoát còn
xa một cõi nào?

Muốn đến được Niết-bàn bao chông gai phải vượt,
đấy là cửa ải do chính mình dựng lên.

Quy Luật (nhân quả) ấy nghiệt ngã hơn bất cứ một
lệ luật nào,
Mạng lưới của nó, dù khôn ngoan đến đâu cũng
không sao tránh thoát.

Bất cứ một hành động nào,
nếu mang lại lợi ích cho người khác và cho mình,

Thì phải thực hiện nhanh lên, phải đấu tranh và ra sức,
hoàn tất thật tốt đẹp nhằm hồi đáp món nợ của Thiên Nhiên.

Khi nào từ thâm tâm mọi sự bám víu
yếu dần, tan đi và biến mất,

Thì khi đó trí tuệ cũng sẽ loại bỏ được tham lam, giận dữ
và ảo giác - luân hồi cũng sẽ ngừng quay.

Hãy nhanh lên, hỡi các bạn, xin đừng chậm trễ!
Bắt tay ngay, dù khó khăn nào đang đợi.

Nếu vượt quá sức người và phải chết sớm,
ấy ví như được nghỉ ngơi lần cuối, nào có gì khác đâu!
(Buddhadasa sáng tác bài thơ này ngày 13 tháng 2, năm 1938, lúc ông 32 tuổi. Bản dịch tiếng Anh của Santikaro Bikkhu)

Bài thơ thứ hai:

Buddhadasa không bao giờ chết

Buddhadasa sống mãi, chẳng có gì chết cả.
Dù thân xác phải chết, tai không còn nghe được nữa.
Hoặc còn đó hay ra đi nơi khác, nào có hệ trọng

gì?

Theo dòng thời gian - một cái gì đó đã trôi đi.

Buddhadasa vẫn bước, chẳng có gì chết cả.
Dù đẹp trời hay những ngày giông bão,
Luôn dốc lòng tuân theo lời giảng dạy.
Đem tâm sức giữ tròn trọng trách với Như Lai.

Buddhadasa sống mãi, chẳng có gì chết cả.
Hết lòng phục vụ cho nhân sinh mãi mãi,
luôn nêu cao Đạo Pháp từ ngàn xưa lưu lại.
Bạn thấy chăng! Chẳng có gì chết cả!

Dù phải chết, chấm dứt thân xác này,
Tiếng tôi nói vẫn âm vang trong tai bạn,
Rõ ràng và trong sáng, hùng hồn như những thuở
xa xưa.
Nếu Thân-Đạo-Pháp vẫn sống - thì chẳng bao giờ
tôi chết cả.

Hãy xem tôi không bao giờ chết cả,
Luôn bên bạn như ngày xưa muôn thuở.
Hãy tỏ bày những gì trong tâm thức,
ân cần tôi giải đáp, bạn thấy chăng tôi đang ngồi
cạnh bạn.

Hãy xem tôi không bao giờ chết cả,
Muôn dòng suối phúc hạnh sẽ dâng tràn.
Đạo Pháp, xin đừng quên những ngày ngồi bên
nhau bàn bạc:
Thực hiện được Sự Tuyệt Đối (của tánh không) -
cái chết sẽ không bao giờ xảy đến.
(Bài thơ trên đây được Buddhadasa viết vào ngày
27 tháng 5, năm 1986, nhân sinh nhật 80 tuổi của
ông. Bài thơ này được Santikaro Bikkhu dịch sang
tiếng Anh vào ngày 28 tháng 4, năm 1994)

buddhadasa005
Hình chụp Buddhadasa ngồi trước chiếc am nhỏ của ông
trong "Khu vườn Giải Thoát" vào ngày sinh nhật tám mươi tuổi

Hai bài thơ được sáng tác cách nhau 48 năm đã cho thấy một sự khác biệt thật lớn. Thật vậy, gần nửa thế kỷ tu tập đã biến đổi hẳn một con người. Khi còn là một tỳ kheo trẻ thì Buddhadasa vẫn còn bị ám ảnh bởi cái chết:

Quay đều vòng luân hồi chuyển động,
tạo ra muôn ngàn gợn sóng để vỗ về và an ủi tim ta.
....
Nếu vượt quá sức người và phải chết sớm,
ấy cũng ví như được nghỉ ngơi lần cuối, nào có gì khác đâu!
Và người tỳ kheo trẻ trong những lúc quá nhọc nhằn vẫn còn trách móc người khác:

Bạn bè thi nhau sống trong buông thả,
Công việc họ bỏ lại, đưa vai tôi gánh vác.
Cũng xin được nhắc thêm là Buddhadasa là một người tự học và cũng đã tự tay tận lực trùng tu một ngôi chùa hoang phế để tạo ra " Khu Vườn Giải Thoát" như ngày nay.

Thế nhưng đối với bài thơ được viết gần nửa thế kỷ sau đó thì:

Buddhadasa vẫn sống, chẳng có gì chết cả.
....

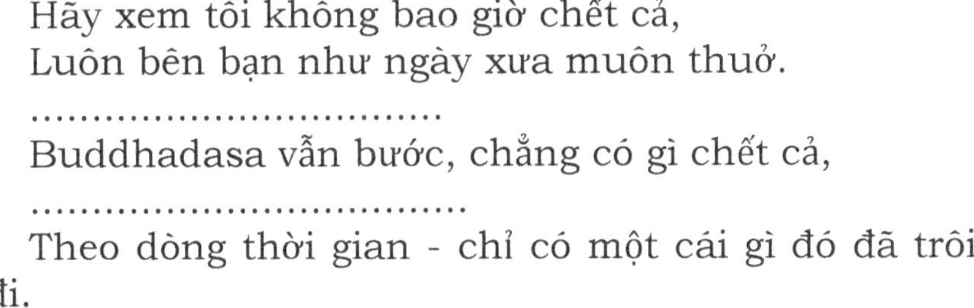

Hãy xem tôi không bao giờ chết cả,
Luôn bên bạn như ngày xưa muôn thuở.
....
Buddhadasa vẫn bước, chẳng có gì chết cả,
....

Theo dòng thời gian - chỉ có một cái gì đó đã trôi đi.

Nếu người tỳ kheo trẻ trước đây luôn lo âu và khắc khoải:

Trước sự sống, bổn phận bủa vây tôi,
tựa trên đầu chất cao trăm món nợ,
....
Như cơn lốc ngăn chận bước chân tôi.

Biết khi nào vượt được, an bình và giải thoát một cõi nào còn xa?

Thì vị sư già lúc nào cũng ung dung, tự tin và thanh thản:

Dù đẹp trời hay những ngày giông bão,
Luôn dốc lòng tuân theo lời giảng dạy.
....
Dù phải chết, chấm dứt thân xác này,
Tiếng tôi nói vẫn âm vang trong tai bạn,
Rõ ràng và trong sáng, hùng hồn như những thuở xa xưa.

Ngoài sự thăng tiến rõ rệt giữa hai giai đoạn trên con đường tu tập của một nhà sư, từ sự ám ảnh của cái chết khi còn trẻ cho đến thể dạng không bao giờ chết nữa khi bước vào tuổi già, thì hai bài thơ còn nêu lên nhiều nét nổi bật khác nữa. Chỉ xin đơn cử một vài điểm như sau:

Quan điểm tu tập của Buddhadasa cho thấy nhiều nét rất gần với Đại Thừa Phật Giáo, chẳng hạn như ông đã nâng vai trò của lòng từ bi lên một cấp bậc thật cao và đồng thời ông cũng chấp nhận các quan điểm và cách hiểu của Đai thừa về tánh không, niết-bàn, Phật tính, sự quán thấy bằng trực giác của Thiền Học,v.v... Các câu thơ sau đây trong bài thơ ông viết ngay khi còn trẻ không hẳn biểu trưng cho cách hành xử của một vị A-la-hán mà đúng hơn là lòng quyết tâm và sự cố gắng phi thường của một người Bồ-tát:

> Trước sự sống, bổn phận bủa vây tôi,
> tựa trên đầu chất cao trăm món nợ.
>
> ....
>
> Bất cứ một hành động nào,
> mang lại lợi ích cho người khác và cho mình,
> Thì phải thực hiện nhanh lên, phải đấu tranh và ra sức.
>
> ....
>
> Nếu vượt quá sức người và phải chết sớm,
> ấy ví như được nghỉ ngơi lần cuối, nào có gì khác đâu!.

Thiết nghĩ có lẽ cũng cần phải giải thích thêm một vài điểm khác trong cả hai bài thơ này. Trong bài thơ thứ hai Buddhadasa cho biết rằng "Thiên Nhiên" đã sinh ra ông. "Thiên Nhiên" ở đây không biểu trưng cho một Đấng Tối Cao nào cả mà chỉ có nghĩa là các quy luật tự nhiên chi phối sự vận hành của mọi hiện tượng trong vũ trụ: đấy là quy luật tương liên, tương kết và tương tạo (interdependence), trong đó gồm có quy luật về nguyên nhân và hậu quả:

> Quy Luật ấy nghiệt ngã hơn bất cứ một lệ luật nào.

Cái Quy Luật đó đã khiến cho ông phải quay lại kiếp nhân sinh. Thế nhưng ông không hề oán trách cái Quy Luật ấy mà trái lại còn cám ơn nó đã tạo ra cho ông cơ duyên được làm người để tu tập. Tuy hiểu được những điều ấy thế nhưng khi thuyết giảng thì ông không bao giờ nêu lên bất cứ những gì mà ông cho là "vô ích", tức là không trực tiếp hướng vào mục đích nhằm loại bỏ khổ đau. Những chuyện như luân hồi, tái sinh... chỉ khiến cho người tu tập thêm hoang mang mà thôi. Một vài học giả Tây Phương phân tích các lời giảng của ông và không chịu tìm hiểu sâu xa hơn, vì thế đôi khi họ đã đánh giá ông một cách sai lầm khi cho rằng ông chủ trương đơn giản hóa và duy lý hóa Phật Giáo.

Điểm nổi bật và đáng chú ý hơn hết trong bài thơ khi ông viết vào lúc tuổi già chính là câu sau đây:

Buddhadasa sống mãi, chẳng có gì chết cả.

Vậy nếu Buddhadasa sống mãi và chẳng có gì chết cả thì có nghĩa là gì? Đấy có nghĩa là Buddhadasa đã hóa thành tánh không và trong cái tánh không đó chẳng còn lưu lại bất cứ gì để mà chết cả. Cái trống không ấy chính là sự Tắt Nghỉ Tuyệt Đối, là Niết-bàn.

Tâm thức của Buddhadasa đã đi hết con đường, đã trở thành tánh không, chỉ có thân xác tạm thời này của ông là còn lưu lại mà thôi:

Hoặc (nó vẫn) còn đó hay ra đi nơi khác, thì có hệ trọng gì?

Mọi sự nắm bắt và bám víu cũng như các vết hằn của nghiệp, tất cả đều đã được loại bỏ và tẩy sạch trên dòng lưu chuyển liên tục của tri thức ông. Tâm thức của ông đã hòa nhập vào tánh không của tất cả mọi hiện tượng, để trở thành một với tánh không của cả vũ trụ.

Tám mươi tuổi, tuy đang ngồi yên lặng trước cửa am trong "Khu Vườn Giải Thoát", thế nhưng tâm thức ông đã an trú trong Tánh Không Tuyệt Đối và Đích Thật của Dhamma, của Niết-bàn và Đức Phật. Cái Tánh Không ấy không bao giờ chết và chính trong không gian Trống Không của cái Tánh Không Tuyệt Đối ấy cũng chẳng còn gì sót lại để mà chết cả. Đấy là ý nghĩa của tựa bài thơ - Buddhadasa không bao giờ chết - và của câu thơ mở đầu cho toàn bộ bài thơ - Buddhadasa vẫn sống, chẳng có gì chết cả.

Nếu đủ sức phát lộ được cảm tính về một chút tánh không nào đó trong tâm thức mình thì biết đâu chúng ta cũng sẽ có thể cảm thấy có một người tu hành nào đó trước đây từng mang tên là Buddhadasa đang ngồi bên cạnh chúng ta hôm nay để han hỏi và bàn bạc với chúng ta:

Hãy xem tôi không bao giờ chết cả,
Luôn bên bạn như ngày xưa muôn thuở.
Hãy tỏ bày nhưng gì trong tâm thức,
Ân cần tôi giải đáp, bạn thấy chăng tôi đang ngồi cạnh bạn.
Vậy chúng ta sẽ han hỏi những gì và thắc mắc những gì? Phải chăng chúng ta muốn biết là phải làm thế nào để đạt được nước niết-bàn? Buddhadasa sẽ trả lời cho chúng ta bằng câu thơ cuối cùng trong bài thơ ông đã viết:

Thực hiện được sự Tuyệt Đối (của tánh không) - cái chết sẽ không bao giờ xảy đến!

Hoang Phong

(Bures-Sur-Yvette, 14.09.12)

Sau đây là các bản dịch sang tiếng Anh của hai bài thơ trên đây:

Bài thơ thứ nhất:

I Work More Than I Can Bear

I work more than I can bear, but
am happy hearted enough to leap and dance.
*

This is because my mind thinks and aims
only to live in line with the Dhamma,
*

Wherever the causes and conditions lead,
according to the karma I laid down in former moments.
*

To die is like a pause from work,
to sleep for a night, to rest for a time;
*

With the new dawn, I take up the work
Vigorously carrying on the work left over from before.
*

The new day is a new birth, these two are the same:
born with the day and dying at night,
*

As the waves of the samsaric cycles create
the myriad products that soothe and comfort our hearts.
*

Whoever wishes for joy and bliss must know
that it depends on the one who can see joy for
himself.
*

As for me, there is no meaning beyond
the fact that I was born only to work
*

According to conditions, so that myself and others
will know the world, conquer it, and vanquish
sorrow.
*

Nature created us perfectly, physically and
mentally
thriving — boundless thanks to Nature!
*

Although we are created for birth, decay, and
death,
yet Nature gives me the chance to vie
*

Struggle, and contend in all duties to break ahead
in order to reach the end before anyone else.
*

While friends encourage each other to lie around,
I am working hard as if they were chasing behind.
*

The duties of life that besiege constantly
are like debts ever piling up on top of me
*

Blocking my way almost like a whirlpool,
when will I pass beyond and find the place of
freedom and peace?
*

From here to Nibbana we must pass through
the checkpoint which is the work of our lives
*

This Law is more certain than any scales;

no matter how skilled, no one can escape this rule.
*

For this reason, in any activity that
aims for the benefit of others or oneself
*

We should hurry, struggle, and strive
to make it beautiful and work off our debt to Nature.
*

Until the heart's attachments to all things
weaken, dissolve, and fade away
*

So that wisdom sees directly that greed, anger,
and delusion are finished and samsara stopped.
*

Hurry friends, don't be late!
Whatever work you may meet, tackle it immediately.
*

Much work may bring a faster death,
but it rolls along towards the final rest, just the same.

Bài thơ thứ hai

Buddhadasa Never Dies

Buddhadasa shall live, there's no dying.
Even when the body dies, it will not listen.
Whether it is or goes is of no consequence,
it is only something passing through time.

Buddhadasa carries on, there's no dying.
However good or bad the times,

Always one with the true teaching.
Having offered body and mind in ceaseless service
Under Lord Buddha's command.

Buddhadasa lives on, there's no dying.
In service to all humanity forever
Through the Dhamma Proclamations left behind
O, Friends, can't you see! What dies?

Even when I die and the body ceases
my voice still echoes in comrades' ears
Clear and bright, as loud as ever.
Just as if I never died the Dhamma-body lives on.

Treat me as if I never died,
as though I am with you all as before.
Speak up whatever is on your minds
as if I sit with you helping point out the facts.

Treat me as if I never died, then
many streams of benefits will accrue.
Don't forget the days we set aside for Dhamma
discussion;
Realize the Absolute and stop dying!

VỀ DỊCH GIẢ

Tác giả/ dịch giả **Nguyễn Đức Tiến**, bút hiệu: **Hoang Phong**, Tiến sĩ Khoa học, sinh năm 1939, là hội viên Hội Thiền Học Quốc tế AZI (Association Zen Internationale), cựu Giảng sư Đại học Khoa Học Saigon, và cựu Địa chất gia và Kỹ sư tầm khỏa công ty dầu khí TOTAL. Ông về hưu năm 1999, và hiện định cư tại Pháp quốc.

Trong những năm gần đây, ông đã dành toàn thời gian, công sức nghiên cứu và chuyển ngữ kinh sách Phật giáo của các vị cao tăng Phật giáo Tây Tạng, góp phần hoằng dương Phật pháp, mang lại lợi ích cho chúng sinh.